இராஜ இராஜ சோழன்

சரிதிர நாடகம் (வினாவிடைகள்)

ஐ.சி.எஸ்.சி மாணவர்களுக்காக,

வழங்குபவர் திருமதி

ஸ்ரீ.விஜயலஷ்மி

நாடகக் கதாபாத்திரங்கள் பற்றிய அறிமுக வினாக்கள்:-

1.   இரஜராஜன், மற்றும் அவர் குடும்ப உறுப்பினர் பெயர்களை எழுதுக.

•   இரஜராஜன் - சோழ மன்னன் (காலம் - கி.பி.999)

•   இராஜேந்திரன் - மகன்

•   குந்தவ்வையார் - இரஜராஜனின் தமக்கையார்

•   குந்தவி - இரஜராஜனின் மகள்

2.   விமலாதித்தனின் குடும்ப உறுப்பினர் யார் யார்?

   விமலாதித்தன் வேங்கி நாட்டு வேந்தன்

   சக்திவர்மன்   -   விமலாதித்தனின்   தமையன் (இரஜராஜனிடமிருந்து வேங்கி முடி பெற்றவன்)

3. மதுராந்தக மூவேந்த வேளாளர் குறிப்பு வரைக:

• இவர் இரஜராஜனின் உடன் இருந்த அதிகாரிகளில் முக்கியமானவர்,

• அமைச்சரும் கூட.

• இவர் பல நூல்களை எழுதிப் பயிற்சி பெற்ற பன்மொழிப் புலவர்.

• இவர் சக்கரவர்த்தியின் வாழ்க்கை வரலாற்றையும் நாடகமாக எழுத விரும்பியவர்.

• இவருடைய தமக்கையார் தான் வீரமாதேவி ஆவார்.

4. இரஜராஜன் நாடகத்தில் அமைந்துள்ள பிற கதாப் பாத்திரங்களைக் குறிப்பிடுக.

 சத்தியாசிரியன்:-

 இவன் இரட்டப்பாடி மன்னன்.

 சோழப்பேரரசையே விழுங்க விரும்புவன்

 நடமாடும் ராஜதந்திரியாக விளங்கும் பால தேவர் இராஜராஜனின் நம்பிக்கைகுப் பாத்திரமானவர்.

 நகைச்சுவை நாவலராக விளங்குபவர் முத்துப்பல கவிராயர்.

 மேதினி ராயர் என்பவர் நகைச்சுவை விகடகவியாவார்.

 நம்பியாண்டார் நம்பி அவர்கள் திருமுறை வகுத்த சிவனடியார்.

  பூங்கோதை என்பவர் அரசவைப் பணிபெண் ஆவார்

காட்சி - 1

1. அரண்மனை மேன்மாடத்தின் ஒருபுறம் இருந்த தமிழன்னை சூடியிருந்தவை யாவை?

தமிழன்னை,

தன் கால்களில் சிலம்புகள்,

இடையில் மணிமேகலை,

கைகளில் வளையல்கள்,

கழுத்தில் சிந்தாமணி,

காதுகளில் குண்டலங்கள் - என ஐம்பெரும் காப்பியங்களையுமே தன் ஆபரணங்களாகக் கொண்டும்,

தனது ஒரு கரத்தில் திருக்குறள் சுவடிகளை செங்கோலாகக் கொண்டும்,

மற்றொரு கரத்தில் பல ஏடுகளுடனும்,

இதழில் குமிழ் சிரிப்புடன் மிடுக்குற்று வீற்றிருக்கிறாள்.

2. தமிழன்னையின் பாதங்களருகே வைக்கப்பட்டுள்ளன யாவை?

தமிழன்னையின் சிலையின் முன்பாக சோழர்களின் புலிச் சின்னம் பொறித்த பட்டுக்கொடி ஊன்றப்பட்டுள்ளது.

அன்னையின் பாதகமலங்களுக்கு முன்பாக பொற்பீடத்தில் பாண்டியனின் முத்து மணிமுடியும்,

  சேரனின் தந்த மணிமுடியும்,

  அதோடு ஒரு வைரமணித் திருவாளும் வைகப்பட்டுள்ளன.

  அவற்றின் முன்பாக நெற்கதிர் இரண்டினைக் கொண்ட காவிரி நீர் நிறைந்த செப்புக் குடமும்,

  ஒரு தட்டில் முத்துக்குவியலும்,

  மற்றொரு தட்டில் இரு யானைக்கொம்புகளும் வைக்கப்பட்டுள்ளன.

3. தமிழன்னையின் சிறப்பிற்கு மேலும் அழகூட்டுவன எவை?

  சோழர்களின் சூரிய குலத்தைக் குறிக்கும் ஆலவட்டமும்,

  பின்புறக் கைப்பிடிச் சுவற்றில் கண்கவர் வண்ணச் சித்திரங்களும், தமிழன்னையின் சிறப்பிற்கு மேலும் அழகூட்டுவனவாக அமைந்துள்ளன.

4. மேன்மாடத்தில் ராஜ ராஜன் எவ்வாறு வீற்றிருக்கிறார்?

  பரிவார மெய்க்காப்பாளர்,

  உடன் கூட்டத்து அதிகாரிகள்,

  திருவாய்க் கேள்வியினர்,

  திருமந்திர ஓலை நாயகர்கள் புடைசூழ மேன்மாடத்தில் ராஜ ராஜன் கம்பீரமாக கொலுவீற்றிருக்கிறார்.

5. இராஜராஜனின் மெய்க்கீர்த்தி எவ்வாறெல்லாம் வாழ்த்தப்படுகின்றன?

 "இராஜராஜ சோழச் சக்கரவர்த்தி வாழ்க!

 வெற்றி விஜயர் வாழ்க!

 தமிழ்ப் பெருமன்னர் வாழ்க!" என்ற வாழ்த்தொலிகள் காலை இளம் சூரியனின் காற்றில் கலந்து பல திசைகளிலிருந்தும் தவழ்ந்து வந்தன.

அத்தோடு சிற்பி ஒருவனும் அவரின் மெய்க்கீர்த்தி எழுத்துக்களை உளிகொண்டு வடித்தவண்ணம் இருந்தான். இவ்வாறு இராஜராஜனின் மெய்க்கீர்த்தி வாழ்த்தப்படுகின்றன.

6. வரலாற்று நாடகங்கள் குறித்து இராஜராஜன் கூறியவை யாவை?

இறந்த காலத்தை எதிர்காலத்தோடு பிணைத்து, நிகழ்காலத்தில் நாட்டுப் பற்றை வளர்ப்பவையே சரித்திர நாடகங்கள் என்று வரலாற்று நாடகங்கள் குறித்து இராஜராஜன் கூறினார்.

7. நூலாசிரியரிடம் தமிழர்கள் பற்றி இராஜராஜன் கூறியவை யாவை?

 தன்னலமும், தற்பெருமையும் இல்லாதவர்கள் தமிழர்கள்.

 தங்களைப் பற்றிய வரலாறுகளையும் பிற்காலச் சந்ததிகளுக்காக எழுதி வைக்காமல் போனார்கள். என்றார்.

8. மெய்க்கீர்த்தி குறித்து இராஜராஜன் கூறியவை யாவை?

 கோயிற் கல்வெட்டுக்களில் மன்னர்களின் மெய்க்கீர்த்திகளை பொறித்துவரும் முறையைத் தான் கொண்டுவரப்போவதாகவும்,

 அது வரலாற்று ஆராய்ச்சிக்குப் பயன்படும் என்றும்,

 அதுவே வருங்கால சந்ததியினருக்குத் தாம் அளிக்கும் பரிசாகும் என்றும் மெய்க்கீர்த்தி குறித்து இராஜராஜன் கூறினார்.

9. யார் சரித்திரம் எழுதத் தகுதி உள்ளவர்கள் என மன்னர் கூறினார்?

சாதிப்பற்றும், சமயப்பற்றும் இல்லாதவரே சரித்திரம் எழுதத் தகுதி உள்ளவர்கள் என மன்னர் கூறினார்.

10. இளங்கோவடிகள் எதனைக் கனவாகக் கண்டார்?

"நெடியோன் குன்றமும், தொடியோன் பௌவமும், தமிழ் வரம்பறுத்த தன் புனல் நாடு" என்று சேர, சோழ, பாண்டிய நாடுகளை ஒன்றாகச் சேர்த்துக் கனவு கண்டார் இளங்கோவடிகள்.

11. சோழர்குல சூரியோதயத்தைக் குறித்து இராஜராஜன் கூறும் கருத்தினை எடுத்து எழுதுக.

சோழர்குல சூரியோதயத்தின் முன் பாண்டியர்களின் சந்திரோதயம் மறைந்துவிட்டதே என அமரசங்க பாண்டியன் மனம் பதறுவதாகவும்,

சோழர்களின் புலிக்கொடி முன் சேரர் விற்கொடியின் அம்பு கூர்மை மழுங்கிவிட்டதே என்று சேரன் பாஸ்கர ரவிவர்மன், திருவடி மனம் சினப்பதாகவும்,

ஆனால் தானோ பலவாறாகப் பிரிந்து கிடக்கும் தமிழரை ஒருவாறாக ஒரே தாய் நாட்டினராக ஒன்றுபடுத்திவிட்டு பூரித்ததாக மன்னர் கூறினார்.

அதோடு, "தெற்கே கன்னியாகுமரி முதல் வடக்கே திருவேங்கடம் வரை பரந்து கிடக்கும் தமிழ் கூறு நல்லுலகை" என்ற தொல்காப்பியனாரின் கருத்தை தான் மெய்ப்பித்து விட்டதாகவும் கூறினார்.

12. காவிரி வளநாடன் எதற்குக் கவலைப் படமாட்டான் என்று மன்னர் கூறுகிறார்?

ஒருபுறம், தமிழர் குலத்திற்குத் தானே எமன் என்று இரட்டப்பாடி நாட்டு மன்னன் சத்தியாசிரயன் பட்டயம் தீட்டிக் கொள்கிறான்.

அதோடு, தமிழர் எழுச்சிகண்டு சூழ்ச்சிகள் பல புரிகிறான் அவன்.

மறுபுறம் கங்கபாடிக் கன்னடர் கண்ணீர் வடிக்கின்றனர்:

கங்கை மன்னன் கனல் கக்குகின்றான்.

தெலுங்கு வீமன் தெளியச் செய்யகிறான்;

🞂 இலங்கை மன்னன் இதயம் கலங்குகிறான்:

🞂 இமயமோ குமுறுகின்றது;

🞂 வடநாட்டு கங்கை வெள்ளமோ நம் நாட்டை நோக்கிப் பொங்கி வருகின்றது.

🞂 இவை குறித்தெல்லாம் காவிரி வளநாடன் கவலைப் படமாட்டான் என்று மன்னர் கூறுகிறார்.

13. இராஜராஜனின் அடிப்படைக் கொள்கைகள் யாவை?

🞂 உரிமைக்கு வேங்கடம்:

🞂 உறவுக்கு இமயம்:

🞂 கடலுக்கு அப்பாலும் தமிழரின் வாணிப நாகரிகம் என்பவையே இராஜராஜனின் அடிப்படைக் கொள்கைகள் ஆகும்.

14. இராஜராஜன் எந்த நிலை மாறவேண்டும் என்கிறார்?

• நம்முடைய வடவேங்கட உரிமையை இரட்டப்பாடி மன்னன் சத்தியாசிரயன் விழுங்கிவிட விரும்புவது,

• உறவுக்கன்றி, ஆதிக்கத்திற்குச் சித்தயமாய் இருக்கிற இமயம்,

• நம் நாணயத் தன்மையை மதித்து, அவர்களுக்குக் குடியேற உரிமை தர மறுக்கும் கடலுக்கு அப்பால் உள்ள வணிகர்கள் போன்றவர்களின் நிலை மாறவேண்டும் என்கிறார் இராஜராஜன்.

15.   மன்னர் - தான் எதைக் கைவிட மாட்டேன் என்று கூறுகிறார்? எதனால்?

☐   திருவேங்கடம், தொல்காப்பியர் காலத்தில்,

☐   சிலப்பதிகார காலத்தில்,

☐   அசோகன் காலத்தில்,

☐   ஆழ்வார்கள் காலத்தில்,

☐   பல்லவர் காலத்தில் எனப் பல ஆண்டுகளாக தமிழகத்தின் வடக்கு எல்லையாக இருப்பதனால் தான் அதைக் கைவிட மாட்டேன் என்று மன்னர் கூறுகிறார்.

16 மன்னர் எதை மறக்கமாட்டேன் என்று கூறுகிறார்?

☐   திருவேங்கடம் தமிழருக்குத்தான் என்பதனை நிலைநாட்டுவதற்காகவே, சோழர்குல முன்னோரான ஆதித்த சோழன் என்பவர் எல்லைப்போர் நட்த்தித் தன் இன்னுயிரையும் நல்கினார்.

☐   அதற்காகவே, தொண்டைமானாற்றில் அவர் பெயராலேயே ஆதித்தேஸ்வரம் என்ற திருக்கோவில் கட்டப்பட்டுள்ளது என்பதை மன்னர் ஒருபோதும் மறக்கமாட்டேன் என்று கூறுகிறார்

17.   எதனால் வேங்கி நாட்டைப் பலப்படுத்த வேண்டும் என்கிறார் மன்னர்?

☐   வேங்கி நாட்டின் வழியாகத்தான் இரட்டபாடி சந்தியாசிரியன், கங்கை மன்னர்கள் போன்றோர் நம் நாட்டிற்குள் நுழையமுடியும்.

▪ வேங்கி நாட்டுத் தலைவாசலைப் போலவே நம்முடைய வாசலையும் பலப்படுத்தவேண்டும் என்று மதுராந்தகர் கூறினார்.

▪ அதற்கு மன்னர் தலைவாசல் மட்டுமன்றி இரு மன்னர்களுக்குள்ளும் இருக்கும் நம் உறவையும் பலப்படுத்த வேண்டும் என்று பதிலளித்தார்.

18. குந்தவியின் தோற்றப்பொலிவை விவரி.

▪ குந்தவி - காற்சிலம்புகள் கொஞ்ச,

▪ பாவாடை பதம் பாட,

▪ சிற்றாடை சலசலக்க,

▪ பருவப்பெண்ணாக விளங்குபவள்.

19. இராஜேந்திரன் எத்தகையவன்?

▪ இராஜேந்திரன் குந்தவையின் வீரத்தமையன்.

▪ வேங்கி நாட்டின் வீரப்பரம்பரையை விரட்ட மன்னரால் அனுப்பப் பட்டவன்.

20. வேங்கி நாடு எதனை மறக்காது என்று சக்திவர்மன் கூறினான்?

▪ சோழகுல சூரியோதயத்தின் முன், தங்கள் நாட்டு சந்திரோதயத்தை தான் மறக்கவில்லை என்றும்,

    27 ஆண்டுகளாக நாடு, உரிமை ஆகியவற்றை இழந்து, தலைமறைவாகத் திரிந்த தங்கள் மூத்த பரம்பரைகளை மீண்டும் அரியணை ஏற்ற உதவிய வீரக்குமாரர் பண்டித சோழ இராஜேந்திரர் செய்த படை உதவிகளையும் வேங்கி நாடு மறக்காது என்றும் சக்திவர்மன் கூறினான்.

21. எதனால் சத்தியாசிரயன் ஜென்ம விரோதியாக மாறினான்?

    மூத்த பரம்பரையைச் சேர்ந்த சக்திவர்மனுக்காக, சோழ நாட்டிலிருந்து பெரும்படைகளும், மூன்று மகா சேனைகளும் துணையாக வருகின்றது என்பதனைக் கேள்வியுற்றதால், இளைய பரம்பரை ஓடிவிட்டது.

    இதனால் இளைய பரம்பரைக்காக உதவிய சத்தியாசிரயன் சோழ மன்னருக்கு ஜென்ம விரோதியாக மாறினான்.

22. சக்திவர்மனுக்கு எவ்வாறு மகுடம் சூட்டப்படுகின்றது?

* பேரிகை முழங்க,

* கொம்புகள் ஒலிக்க,

* மங்கள வாத்தியங்கள் ஒலிக்க,

* பொன்னி வளநாடு வாழ்க!

* சூரியக்குலப் பிரகாச சோழமண்டலம் வாழ்க!

* சந்திரக்குலப் பிரகாச வேங்கிமண்டலம் வாழ்க!

- "இராஜராஜசோழ மித்திர சந்திரக்குலப் பிரகாச வேங்கிவேந்தன் சக்தி வர்மன் வாழ்க!" - என்ற முழக்கங்களுடனும். வாழ்த்தொலிகளுடனும், பாகி நாட்டுத் தெலுங்கு வீமனை வென்றதற்குப் பரிசாக, பன்றிக்கொடியை தன்கையில் இராஜேந்திரன் வாங்கிக்கொள்ள, இராஜராஜன் தனது கரத்தால் சக்திவர்மனுக்கு மணிமகுடம் சூட்டினார்.

23. மதம் பற்றிய மன்னரின் கருத்து யாது?

 சக்திவர்மன் சைவ மதத்தைப் பின்பற்றும் போது, அவரின் இளவல் சமண மதத்தைப் பின்பற்றினான்.

 எம்மதமும் சம்மதம் என்று நினைப்பவர் மன்னர்.

 அரசியலுக்கும் மதத்திற்கும் தொடர்பில்லை என்ற கொள்கை உடையவர்.

 அதனாலன்றோ சமணர் அளித்த ஐம்பெரும் காப்பியங்களை தமிழன்னைக்கு அணிகலனாகச் சூட்டினார்.

 அதோடு நாகப்பட்டினத்தில் கடாரத்தரசன் புத்தர் பிரானுக்கு ஒரு பௌத்த விகாரம் கட்டத் தொடங்கியபோது, அதற்குக் காணிக்கையாக ஆனைமங்கலம் என்கிற ஊரை பள்ளிச் சந்தமாகத் தந்தார்,

 அதோடுஇ இராஜராஜப் பெரும்பள்ளி என்று தன் பெயரையே அதற்குச் சூட்டினார்.

காட்சி 2

1. குந்தவைப் பிராட்டி குறித்து நம்பியாண்டார் நம்பி கூறியது என்ன?

• தன்னை வணங்கிய குந்தவைப் பிராட்டியிடம் நம்பியாண்டார் நம்பி மதிப்பிற்குரிய மன்னர் இராஜராஜரின் தமக்கையாரே!

• தாங்கள் வந்தியத்தேவன் என்ற மகாவீரனை மணந்துகொண்டீர்.

• இருந்தாலும் தங்களின் பிறந்தகத்தில் தங்கி எம்பெருமானுக்காக சைவத் திருப்பணியாற்றுவதிலேயே தங்களின் வாழ்வை அர்ப்பணித்தவர் அல்லவா தாங்கள் என்று கூறி அவரும் வணங்கினார்.

2. இராஜராஜரிடம், குந்தவைப் பிராட்டி நம்பியாண்டார் நம்பியை எவ்வாறு அறிமுகப்படுத்தினார்? அதற்கு இராஜராஜன் உரைத்த மறுமொழி யாது?

 இராஜராஜரிடம், குந்தவைப் பிராட்டி, - தம்பி இவர்தான் நம்பியாண்டார் நம்பி.

 "திருவாரூர் தியாகேசப் பெருமானின் சன்னதியில் இவரின் தேவாரப் பதிகங்களைக் கேட்டாயல்லவா?

 அதிலிருந்து உன் உள்ளம் கூட உருகிற்று என்று கூடக் கூறினாயே?" என்றார்.

 அதற்கு மன்னர் ஆமாம், "ஒன்றே குலம் ஒருவனே தேவன்" என்ற உயரிய தேவாரக் கருத்துக்கள் நடுமுழுவதும் பரவவேண்டும் என்பதற்காகத்தான் அவ்வாறு கூறினேன் என்றார்.

3. குந்தவ்வையார். நம்பியாண்டார் நம்பி எதற்காக வந்திருப்பதாக இராஜராஜனிடம் கூறினார்?

 அப்பர், திருஞானசம்பந்தர், சுந்தரர் ஆகியோர் இயற்றிய தேவாரப் பதிகங்களை சைவத் திருமுறைகளாகத் தொகுக்க நம்பியாண்டார் நம்பி அவர்கள் வந்திருப்பதாக குந்தவ்வையார் இராஜராஜனிடம் கூறினார்.

 அதோடு மன்னரின் பாட்டனார் ஆகிய கண்டராதித்த சோழ மன்னன் கூட திருவிசைப்பாவில் ஒரு பதிகம் பாடியிருப்பதையும் நினைவு கூர்ந்தார்.

4. தில்லை வாழ் அந்தணர்கள் மூவர் தேவாரப் பதிகங்கள் அடங்கியுள்ள திருவறையை திறத்தல் குறித்து மன்னர், அவர்தம் தமக்கையார் மற்றும் நம்பியாண்டார் நம்பி ஆகியோர் கூறிய கருத்துக்களைத் தொகுத்து எழுதுக.

 மூவர் தேவாரச் சுவடிகள் அவர்கள் கைழுத்திரையுடன், சிதம்பரத்தில், பொன்னபலத்தில் மேல்திசையில் உள்ள அறையில் உள்ளது என்றும் ஆனால் தில்லை வாழ் அந்தணர்கள் அந்த அறையைத் திறக்க மறுக்கின்றனர், என்றும் நம்பியாண்டார் நம்பி கூறினார்.

 அதற்கு நம் ஆதித்த சோழன் அவர்கள் கொங்கு நாட்டை வென்று பொன் கொண்டுவந்து அப்பொன்னால் சிதம்பரத்தைப் பொன்னம்பலமாக மாற்றியதைக்கூட அவர்கள் மறந்து விட்டனரா? என்று குந்தவ்வையார் கேட்டார்.

🔲	அவ்வாறு அவர்கள் அந்த அறையைத் திறக்க மறுப்பதற்கான காரணங்களாக எதனைக் கூறுகின்றனர்? என்று இராஜராஜன் வினவினார்.

🔲	அதற்கு நம்பியாண்டார் நம்பி அவர்கள், அப்பர், திருஞானசம்பந்தர், சுந்தரர் ஆகிய மூவருமே வந்தால்தான், தேவாரச் சுவடிகள் உள்ள திருவறையைத் திறக்க முடியும் என்று தில்லைவாழ் அந்தணர்கள் கூறியதாகக் கூறினார்.

5. திருவறைத் திறத்தல் குறித்து இராஜராஜன் எடுத்த தீர்மானமும் அதற்கு அவர் கூறிய விளக்கமும் யாது?

🔲	'சிவபதவி அடைந்து விட்ட அந்த மூன்று நாயன்மார்களையும் திரும்பி வரச்சொல்லலாம்' என்று தீர்க்கமாகக் கூறினார்.

🔲	மேலும் அந்த மூன்று நாயன்மார்களின் சிலையை வடித்து, அவற்றை வாகனங்களில் ஏற்றி திருவறையின் முன் கொண்டுவந்து நிறுத்தும்படி மதுராந்தகரிடம் கூறினார்.

🔲	இதைக்கேட்டுத் திகைத்து நின்ற மற்றவர்களிடம் மன்னர், அம்மூவர்தம் சிலைகளை (படிமங்களை) அல்லது (விக்ரகங்களை) நாயன்மார்கள் அல்லர் என்றோ, கடவுளர் அல்லர் என்றோ யாராலும் மறுத்துக் கூறமுடியாது என்று பதில் அளித்தார்.

6. மன்னர், நம்பியாண்டார் நம்பிகளுக்குக் கூறிய வாக்குறுதி யாது? அதற்கு நம்பியாண்டார் நம்பி அளித்த பதில் யாது?

மன்னர், நம்பியாண்டார் நம்பியிடம், "நம்பியாண்டார் நம்பி அவர்களே! பொன்னம்பலத்துள் இருட்டறையில் இருக்கும் தேவாரச் சுவடிகளை மீட்டுத் தருவேன்.

 தங்கள் மனம் போலவே அவற்றைத் திருமுறைகளாகத் தொகுக்கலாம்

 தங்கள் திருப்பணியும் விரைவில் நிறைவேறும்" என்று வாக்குறுதி அளித்தார்.

 அதற்கு நம்பியாண்டார் நம்பி மன்னரிடம், "மன்னர் மன்னவரே! தங்களின் அரிய முயற்சியால் தான் சைவம் தழைத்தோங்கப் போகிறது" என்று பதிலளித்தார்.

7. தஞ்சை அரசவைப் புலவர்க்குழுவைச் சேர்ந்தவர்கள் யார் யார்? அவர்களை மன்னர் விமலாதித்தனிடம் எவ்வாறு அறிமுகப்படுத்தினார்?

 தஞ்சை அரசவைப் புலவர்க்குழுவைச் சேர்ந்தவர்கள், நகைச்சுவை நாவலர்கள் என்றும்,

 மேதினிராயர் மற்றும் முத்துப்பல் கவிராயர் என்பது அவர்தம் திருநாமங்கள் என்றும் மன்னர் விமலாதித்தனிடம் அவர்களை அறிமுகப்படுத்தினார்.

8. அரசவைப் புலவர்க்குழுவைச் சேர்ந்தவர்களின் தோற்றம் எத்தகையது?

 அரசவைப் புலவர்குழுவைச் சேர்ந்த முத்துப்பல்லர் சொத்தைப் பல் உடையவர்.

	மேதினிராயர் பருத்த உருவினர்.

9. தஞ்சை அரசவைப் புலவர்குழுவைச் சேர்ந்த நகைச்சுவை புலவர்களுக்கும், விமலாதித்தனுக்கும் நடைபெற்ற உரையாடல் யாது?

	மன்னர் அறிமுகப்படுத்திய அவர்களின் வணக்கங்களை ஏற்றுக் கொண்டு தானும் அவர்களுக்கு வணக்கம் தெரிவித்தார் விமலாதித்தன்.

	பின்னர், முத்துப்பல்லர் விமலாதித்தனிடம், "தம்மை மோனைப் புலவர் முத்துப்பல் கவிராயக் கவிச்சிங்கம்" என்று கற்றோர் அழைப்பதாகக் கூறினார்.

	அடுத்து, "தம்மை மேற்கோள் புலவர் மேதினியார்" என்பர் தம் மேன்மை அறிந்தோர் என்று மேதினியார் அவர்கள் ஆகிய இருவரும் தம்மை அறிமுகம் செய்துகொண்டனர்.

10. குந்தவையைப் பற்றிய புலவர்களின் விமர்சனங்கள் யாது?

	அரசவையில் திடீரென வந்த விமலாதித்தனைக் கண்ட மன்னர் மகள் குந்தவை, தன் தந்தையின் பின் மறைந்து நின்றாள்.

	இதனைக் கண்ட புலவர்கள், இரு கண்கள் கலந்தபின்னர் அங்கு வாய்ச் சொற்களுக்கு இடமில்லை என்றனர்.

	பின்னர் "நாணிக் கண்புதைத்தல் நங்கையர்க்கு அழகு என்று மேதினியாரும்,

 "வெறித்து நோக்குதல் வேங்கையர்க்கு அழகு" என்று முத்துப்பல்லரும் குந்தவையை விமர்சித்துக் கூறினர்.

11. விமலாதித்தனைக் குறித்து மன்னர் குந்தவையிடம் கூறியவற்றை குறிப்பிடுக.

 தன்னிடம் "இளவரசி குந்தவை நாச்சியாரே வணக்கம்" என்று கூறிய விமலாதித்தனைக் கண்டு தன் இரு கைகளாலும் முகத்தை மறைத்துக் கொண்ட குந்தவையிடம் மன்னர்,

 "குழந்தாய் குந்தவி! இவனைப் பற்றி என்னிடம் ஓயாமல் கேட்பாயே!

 குழந்தைகளாக இருக்கும் பொழுது இருவரும் விளையாடிப் பிரிந்தீர்கள். அதனால் தான் அவனை உனக்கு அடையாளம் தெரியவில்லை" என்று கூறினார்.

 அதோடு, அவன் நாமம் விமலாதித்தன் என்றும், அவனுடைய ஊர் வேங்கி என்றும் கூறி 'முன்னம் அவனுடைய' எனத்தொடங்கும் தேவாரப் பாடல் அடிகளை நகைச்சுவையாகப் பாடியும் பரவசப்படுத்தினார் குந்தவையை.

12. தான் எவ்வாறெல்லாம் இருப்பதாக இராஜராஜன் தன் தமக்கையிடம் கூறினார்?

 குழந்தையோடு இருக்கும் பொழுது குழந்தையாகவும்,

 இராஜதந்திரிகளுடன் இருக்கும் பொழுது படுகிழவனாகவும் மாறிவிடுவதாக, தான் இருப்பதாக இராஜரானன் தன் தமக்கையிடம் கூறினார்.

 அதோடு சூழ்நிலைக்கு யாரும் விலக்கல்ல என்பதையும் குறிப்பிட்டார்.

13. தன் காதில் தொங்கும் ஆபரணத்தைக் குறித்து குந்தவை தன் அத்தையாரிடம் கூறியது என்ன?

• தன் காதில் தொங்கும் ஆபரணத்தைக் குறித்து கேட்ட தன் அத்தையாரிடம் குந்தவை,

• இது ஒரு தொங்கட்டான்.

• சோனகச்சிடுக்கின் கூடு என்பதுபோல் கப்பல் வியாபாரிகள் புதியதாகக் கொண்டுவந்த அந்த ஆபரணத்தை அறிமுகப்படுத்தினாள்.

• அதோடு அதனை அணிவதுதான் தற்கால நாகரிகம் என்றும் கருநாடகமாக (பத்தாம் பசலியாக) இருக்கும் தன் அத்தைக்கு அதைப் பற்றி எதுவும் தெரியாது என்றும் கூறினாள்.

14. தோட்டத்து நறுமணச் செடிகள் குறித்து அத்தையார் குந்தவையிடம் யாது கூறினார்?

 குந்தவி! "பல நாடுகளில் இருந்து புதுரகப் பூக்களை வரவழைத்து, உன் பூந்தோட்டத்தில் பயிரிட்டு, அரண்மனைக்கு வருவோரையெல்லாம் அவற்றின் அழகை வர்ணிக்கும் படி நச்சரிப்பதைப் போல், விமலாதித்தனையும் அவற்றைக் காண அழைத்துச் செல்" என்றாள்.

15. குந்தவை மற்றும் விமலாதித்தனின் நட்புறவை வெறுக்கும் ராஜதந்திரி பாலதேவரைப் பற்றி, புலவர்கள் பேசிக்கொண்டதும், அதற்கான பாலதேவரின் மறுமொழியும் யாது?

 வேங்கி நாட்டிற்கும், சோழ நாட்டிற்கும் உறவுப்பாலமாக இருக்கும் குந்தவை மற்றும் விமலாதித்தனின் நட்புறவை ராஜதந்திரி பாலதேவர் வெறுத்தார்.

 இதை அறிந்த புலவர்கள் அவரை கழுகு என்று சுட்டிக்காட்டி பரிகசிக்கும் சொற்களை மொழிந்தனர்.

 அதோடு பாலதேவரை நோக்கி தான் பாடல் இசைத்தால் சாகலாம் என்று முத்துப்பல்லார் குறிப்பிட்டார்.

 இதனால் ஆத்திரமுற்ற பாலதேவர் அவரை நோக்கி நீர் பாடவும் வேண்டாம்.. நான் சாகவும் வேண்டாம் என்று கூறி அவ்விடத்தை விட்டு அகன்றார்.

 இது குறித்துக் கேட்ட மேதினியாரிடம், பாலதேவரின் வெறுப்பான பார்வையைக் கண்டதாலேயே தான் நான் அவ்வாறு உரையாடினேன் என்றார் முத்துப்பல்லார்.

காட்சி 3

1. அந்தி நேரம் குறித்து விமலாதித்தன்; குந்;தவையிடம் என்ன கூறினான்?

 வானத்தில் தன் குறிக்கோளாக சந்திர குலமும்,

 வையத்தில் தன் கண்முன் சூரிய குலமும் போல்

      விமலாதித்தனும். குந்தவையும் ஒன்று கலந்திருப்பது வைகறையாகவும்,

      இருவரின் சேர்க்கையும் பிணங்குவது அந்திநேரம் என்னும் பொருள் பட விமலாதித்தன் பேசினான்.

2.   காலதேவனின் கைத்திறமை குறிதத்து விமலாதித்தன் குந்தவையிடம் உரையாடியவற்றை விவரி.

      குந்தவையின அழகைக் கண்ட விமலாதித்தன் அவளை பினவருமாறு புகழந்தான்.

      காலதேவன் ஒரு கைதேர்ந்த சிற்பி.

      அவன் மிகக் குறுகிய காலத்திற்குள் உளிகொண்டு வெட்டாமல், குந்தவையிடம் ஏராளமான கற்பனை உருவங்களையும், பிறர் கருத்தைக் கவரும் படி செதுக்கியிருக்கிறான் என்றும்,

      மாந்தளிர் போன்ற அவள் மேனி பொன்னிறமானது என்றும்,

      கள்ளமறியாத அவள் கண்களில் வெள்ளைக் கவிபோல் கருத்துக்கள் பொங்குவதாகவும்,

      கொவ்வை போன்ற அவள் வாயில் குமிழ் சிரிப்பு விளங்குவதாகவும்,

      அவள் கண் மற்றும் அவளிடம் உள்ள குறும்புத்தனம் மட்டும் மாறாத் தன்மை உடையது என்றும் விமலாதித்தன் கூறினான்.

3. தங்களுக்குள்ள உறவாக விமலாதித்தன் குந்தவையிடம் என்ன கூறினான்?

•   உயிருக்கும் உடலுக்கும் இடையே உள்ள உறவு.

•   உணர்ச்சிக்கும் உள்ளத்திற்கும் இடையே உள்ள உறவு,

•   மலருக்கும் மணத்திற்கும் இடையே உள்ள உறவு,

•   போன்றவையே தங்களுக்குள்ள உறவாக விமலாதித்தன் குந்தவையிடம் கூறினான்.

4. குந்தவி சிறுவயதில் விமலாதித்தனிடம் என்ன கேட்டதாக விமலாதித்தன் கூறினான்?

குந்தவி சிறுவயதில் விமலாதித்தனிடம், "முன்னம் அவனுடைய நாமம் கேட்டாள்" என்கிற தேவாரப் பாடலை முந்நூறு முறை பாடச்சொல்லிக் கேட்டதாக விமலாதித்தன் கூறினான்;.

5. விமலாதித்தன் எதனால் தன் நாட்டிற்குச் செல்லவேண்டும் என்று கூறினான்?

தன் நாடு புதியதாக உரிமைப் பெற்ற நாடாக இருப்பதாலும், அதனைக் காக்கும் பொறுப்பில் தான் இருப்பதாலும் தன் நாட்டிற்குச் செல்லவேண்டும் என்று விமலாதித்தன் கூறினான்.

6. குந்தவை விமலாதித்தனுக்காக எதை வைத்துக்கொண்டு காத்திருப்பதாகக் கூறினாள்?

விமலாதித்தன் திரும்பி வரும்பொழுது, தான் சோனக நாட்டிலிருந்து அழகான ஒரு சிவப்பு ரோஜாச் செடியை வரவழைத்துப் பயிரிட்டு அதன் முதல் மலரை அவனுக்காக பறித்து வைத்துக் காத்திருப்பதாகக் கூறினாள்.

7. இராஜேந்திரன் தான் எதற்காகக் காத்திருப்பதாக விமலாதித்தனிடம் கூறினான்?

 குந்தவியே பேரழகி என்று விமலாதித்தனும்,

 வீரமாதேவியே பேரழகி என்று இராஜேந்திரனும் ஒருவருக்கொருவர் கூறிக்கொண்டதை முன்னிட்டு.

 இந்த பெண்களின் விஷயத்திலாவது தங்களுக்குள் சண்டை வரத்தான் தான் காத்திருப்பதாக விமலாதித்தனிடம் இராஜேந்திரன் கூறினான்.

8. வீரமாதேவியை விமலாதித்தனிடம் இராஜேந்திரன் எவ்வாறு அறிமுகப்படுத்தினான்?

வீரமாதேவி, சோழமன்னரின் அமைச்;சரான மூவேந்த வேளாளரின் உடன் பிறந்த தங்கை என்று, வீரமாதேவியை விமலாதித்தனிடம் இராஜேந்திரன் அறிமுகப்படுத்தினான்.

காட்சி 4

1.   ஆந்தைவிடு தூது குறித்து புலவர்கள் சோழ மன்னரிடம் யாது கூறினர்?

     தன் அரும்பெரும் முயற்சியால் எழுதப்பட்ட 'ஆந்தைவிடு தூது' என்ற நூலிற்குப் பரிசு நல்கக் கோரி புலவர் முத்துப்பல்லர் மன்னரிடம் வினவினார்.

     அதற்கு 'ஆந்தைவிடு தூதா'? என்று ஆச்சர்யத்துடன் வினவிய மன்னரிடம் மேதினியார் என்ற புலவர்,

     ஆம் அரசே குயில், அன்னம், கிளி, நாரை போன்ற பறவைகள் ஏற்கனவே பிறரால் தூதாக விடப்பட்டு விட்டமையால் இவர் அவ்வாறு எழுதியுள்ளார் என்று நகைச்சுவையாக கூறினார்.

2.   தாம் இயற்றிய கவிதையின் பெருமையை முத்துப்பல்லர் மன்னரிடம் எவ்வாறு எடுத்தியம்பினார்?   அதற்கு மன்னர் கூறிய மறுமொழி யாது?

•   தன் கவிதை அரிது, அரிது, அரிது என்றும்,

•   தெள்ளுத் தமிழ் தூது இலக்கியத்திலேயே, இதுவரை யாரும் காணாத புதுமை என்றும்,

•   அதனைத் தீந்தமிழில் தான் முத்து முத்தாய் இயற்றியுள்ளதாகவும் முத்துப்பல்லர் மன்னரிடம் கூறினார்.

•   இதனைக் கேட்ட மன்னர் தான் தமிழ் எழுத்தையே சீர்த்திருத்த விரும்புவதாகக் கூறினார்.

3. எதனால் தமிழ் எழுத்தைத் தான் சீர்திருத்தப் போவதாக மன்னர் கூறினார்?

 பாண்டி நாட்டில் வழங்கி வந்த வட்டெழுத்து முறையை மாற்றி அங்கு கிரந்த எழுத்து முறையைத் தான் புகுத்தியதாகவும்,

 பல நாடுகளில் பலவாறு சிதறிவாழும் தமிழர்கள் பலவிதமான எழுத்து முறைகளைக் கையாண்டால், பலவித மொழிகள் ஏற்படும் என்றும்,

 அதனால் தமிழ் மொழியும் சுருங்கிவிடும் என்றும்,

 அதோடு தெலுங்கு, கன்னடம், மலையாளம் போன்ற மொழிகள் தமிழிலிருந்து ஏற்கனவே பிரிந்து போய்விட்டதாலும்,

 சேர, சோழ, பாண்டியநாடு என்று தனித்தனியாக உள்ளவற்றை செந்தமிழ்ப் பெருநாடாக மாற்றவேண்டும் என்ற தன் ஆவலை வெளிப்படுத்தியும்,

 அப்பொழுது, தமிழ்மொழிக்கென ஒரே வடிவம் இருந்தால் நலம் பயக்கும் என்பதால்; தான், தமிழ் எழுத்தைத் தான் சீர்திருத்தப் போவதாக மன்னர் கூறினார்.

4. வரி குறித்து வினவிய மதுராந்தகரிடம் மன்னர் என்ன கூறினார்?

 செக்கிறை, தட்டாரப் பட்டம், தறிப்புடவை, அங்காடிக் கூலி என்ற பல தொழிலுக்கும் பலவிதமான வரிகள் ஏற்படுத்துவதா? அன்றி, அனைத்துத் தொழில்களுக்கும் ஒரேவிதமான தொழில் வரி மற்றும் விற்பனை வரியை ஏற்படுத்துவதா? என்று மதுராந்தகர் மன்னரிடம் வினவினார். அதற்கு மன்னர்,

     நேரடியாக அவரிடம் பதில் அளிக்காமல் அங்கு வந்த தன் மகளிடம், பலவிதமான வரிகள் போட்ட சோனக வியாபாரிகளிமிருந்து வாங்கிய ஒரு புடவை உனக்கு அழகாய் இருந்ததா என்று வினவ,

     அவள், பெண்களை அலங்கரிக்க வேண்டிய பொன் நகைகள் பொற்காசுகளாகவும், செப்புக் குடங்கள் செப்புக் காசுகளாய் மாறிவருவதால் எதுவும் அழகாய் இல்லை என்று மறுமொழி கூறினாள்.

     இதன் முலம் மன்னர், மதுராந்தகரிடம், நம்முடைய நாணய முறையை மாற்றி பழைய பண்டமாற்று முறையை வழக்கத்திற்குக் கொண்டுவந்தால், பெண்களுக்கும் நாட்டிற்கும் பயன் உண்டாகும் என்பதை வலியுறுத்தினார்.

     அதுவும் பண்டமாற்றுப் பொருளாக நெல் தானியம் இருந்துவிட்டால், நாட்டில் கள்ள நாணய உற்பத்திக்குப் பதில் உணவு உற்பத்தி பெருகும் என்பதையும் முன் மொழிந்தார்.

காட்சி 5

1. சீனநாட்டு மன்னரிடம் தூதாக செல்ல இருக்கும் வணிகரைக் குறித்து மன்னரும். மதுராந்தகரும் உரையாடியதையும், மன்னர் வணிகரிடம் கூறியதையும் விவரி.

• மதுராந்தகர் மன்னரிடம் மன்னா இந்த வணிகர்க்குழுத தலைவர் செல்லும், கடலுக்கு அப்பாலுள்ள சீனநாட்டை, புயல் இல்லாத சூழலில் 1150 நாட்களில் அடைந்துவிடலாம் என்றார்.

• அதற்கு மன்னர் அப்படியாயின் அது நெடுந்தூரப் பயணம் தான் என்றார். மேலும் அவர் வணிகர்க்குழு தலைவரைப் பார்த்து, அடிவானத்துக்கு அப்பாலும் சென்று சீனநாட்டோடு நட்புறவு கொள்ளத் தயங்கக் கூடாது.

• அங்கு தாங்கள் சென்றவுடன் அந்நாட்டு மன்னருக்கு நான் தந்த பரிசுகளாக இந்த முத்து மகுடத்தையும், மணியார ஆடையையும், திருமுகத்தையும் நல்குங்கள்.

• அத்தோடு அங்கிருந்து தாயகம் திரும்பி வரும்பொழுது அந்நாட்டுக் கலாச்சாரங்களையும், நாகரிக முறைகளையும், மருந்து மூலிகைகளையும், புதுப்புது ஆராய்ச்சி வழிமுறைகளையும் அத்தோடு நம் மண்ணிற்கு ஏற்றவாறு செழிப்பாக வளரக்கூடிய புதுப்புது பயிர்வகைகளையும் கொண்டுவாருங்கள் என்று வாழ்த்தி அனுப்பினார்.

2. வணிகர் மன்னரிடம் என்ன கேட்டார்? அதற்கு மன்னர் அளித்த பதில் யாது?

 மன்னர் மன்னவா! காழகம், சாவகம், இலங்கை. கடாரம் மற்றும் நக்காவரம் முதலான அந்நிய நாடுகளுக்கும் தீவுகளுஞ்கும் கடல் கடந்து குடியேறியிருக்கும் நம் தமிழர்களிடம் ஏதாவது செய்தி சொல்ல வேண்டுமா என்று வணிகர் மன்னரிடம் வினவினார்.

 அதற்கு மன்னர், அவரிடம், "எல்லாம் நம் ஊர், எல்லோரும் நம் உறவினர்" என்னும் நம் புறநானூற்றுக் கருத்தையும், "எங்கு மக்கள் நல்ல முறையில் வாழ்கிறார்களோ. அதுவே நல்லநாடு" என்னும் நம் ஒளவையாரின் கருத்தையும் அவர்களுக்கு நினைவுபடுத்துங்கள்.

	அதோடு அவர்கள் குடியேறிய பகுதியே அவர்களின் சொந்தநாடு என்றும்,

	தமிழ் நாகரிகம் என்பது வெறும் மண்பரப்;பன்று, பௌத்தம் மற்றும் சைவத்தைப் போல் நான் அதனை மக்கள் பரப்புடைய ஒரு பரந்த நாகரிக இலட்சியமாகவே கருதுகிறேன் என்ற கருத்துக்களை அவர்களிடம் நான் கூறியதாகக் கூறுங்கள் என்றார்.

காட்சி 6

1. இருளில் மறைந்து மறைந்து பாலதேவரைக் காண வந்தவன் யார்? எதனால்? அவனிடம் பாலதேவர் உரைத்தது யாது?

	இருளில் மறைந்து மறைந்து பாலதேவரைக் காண வந்தவன் இரட்டப்பாடி மன்னன் சத்தியாசிரயன். அவன் சாளுக்கிய மேன்மைக்காக அவ்வாறு திருடனைப் போல் மறைந்துவந்தான்.

	அவனிடம் பாலதேவர் தான் அயல்நாட்டவன் என்று தெரிந்திருந்தும் தன் மீது மன்னர் அளவற்ற அன்பு வைத்திருப்பதாக பெருமையுடன் கூறினான்.

	அதற்கு சத்தியாசிரயன் இந்தத் துரோகத்திற்குப் பரிசாக, இந்த சோழ சாம்ராஜ்ஜியத்தின் மீது தன் இரட்டப்பாடி நாட்டின் ஆட்சிக்கொடி பறக்கப்போவதாகவும், அதில் காலியாக இருக்கும் சார்வாதிகாரி பதவி பாலதேவருக்கு வழங்கப்போவதாகவும் கூறினான்.

2. பாலதேவர் தான் தீட்டியுள்ள திட்டங்களாக சத்தியாசிரயனிடம் கூறியவை யாவை?

• வேங்கிநாடும் சோழ நாடும், ஒன்றுடன் ஒன்று மோதவேண்டும் என்ற ஆவலுடன் வந்த சத்தியாசிரயனை நோக்கி பாலதேவர்,

• கவலைப்டாதீர்கள்! முன்னதாக, விமலாதித்தன் குந்தவை திருமணத்தை தடைசெய்கிறேன்.

• வேங்கிமண்டலத்தின் பொறுப்பில் இருந்த சக்திவர்மன் விண்ணுலகம் எய்தியதால், தற்சமயம் அங்கு பொறுப்பில் இருக்கும் விமலாதித்தன் ஏற்கனவே வாய்த்துடுக்கு உள்ளவன்.

• இதை முன்னிட்டு இராஜராஜனுக்கும் விமலாதித்தனுக்கும் எளிதாக பகை ஏற்படுத்திவிடுவேன்.

• இருப்பினும் உன் மகனுக்கு குந்தவையை மணம் முடிக்க இராஜராஜன் சம்மதிப்பான் என்பது சந்தேகம் தான். ஏனெனில் நீ தமிழன் குலத்திற்கு எமன் என்பது போல் முட்டாள் தனமாக ஒரு பட்டத்தை உருவாக்கிக் கொண்டுள்ளாய்.

• அதோடு மறைமுகமாக காரியத்தை சாதிக்கும் பண்பில் வல்லவர்கள் தாங்கள் என்பதையும் தெரியப்படுத்தியதுடன்,

• சத்தியாசிரியன் தன்னிடம் கூறியது போல் தன் மூளையைப் பயன்படுத்தி காரியம் சாசிப்பதாகவும், இனிமேல் தங்கள் இருவருக்கும் நம்பிக்கையான ஒரு ஒற்றனையே அனுப்பும் படியும் சத்தியாசிரியன் நேரில் வரவேண்டாம் என்றும் அறிவித்தார் பாலதேவர்.

காட்சி 7

1.	பாலதேவர் மன்னரிடம் பேசியதையும் அதற்கான மன்னரின் பதிலையும் விவரி.

	பாலதேவர் தன் மந்திர ஆலோசனை மூலம் விமலாதித்தனைப் பற்றிய செய்திகளை மன்னர் குழம்பும் படிப் பேசினார்.

	குழந்தை போல மன்னரின் மனது அனைவரையும் எளிதில் நம்பிவிடுவதாக எடுத்துரைத்தான்.

	அதற்கு மன்னர் ஆம் அரசியலில் யாரையும் நம்ப முடிவதில்லை. எந்தப் புற்றுக்குள் எந்த பாம்பு இருக்கும் என்பதை அறிய முடிவதில்லை என்பது போல் பேசினார்.

	இதை வாய்ப்பாகக் கொண்டு, "மன்னா! சோழ சாம்ராஜ்யத்தின் பக்க பலமே விமலாதித்தனிடம் இருக்கும் போது அவன் எதற்காகத் தனியாகப் படை திரட்டவேண்டும்" என்று வினவினார்?

	அதற்கு மன்னர் அது நம் மீது படையெடுப்பதற்காகக் கூட இருக்கலாம் என்று பதிலளித்தார்.

	அவரை மேலும் தூண்டுவதாக, பாலதேவர் அவரிடம் ஒருபுறம் உன் பகைவனான இரடடப்பா சத்தியாசிரயனின் மேலைச் சாளுக்கிய குலமும், மறுபுறம் வேங்கிற விமலாதித்தனின் கீழை சாளுக்கி குலமும் சேர்ந்து தங்கள் நாட்டைப் பங்குபோடத் திட்டமிடுகின்றனரோ என்றான்.

		அதற்கு மன்னர் இதனை விமலாதித்தனிடம் நேரடியாகவே கேட்டறிய அவனை வரவழைக்கலாம் என்ற யோசனையைக் கூறினார்.

காட்சி - 8

1.	அரண்மனையின் அவைக்களக் காட்சியை விவரி.

		அரண்மனையின் அவைக்களத்தில் இரத்தின கம்பளம் விரிக்கப்பட்டுள்ளது.

		வட்டவடிவத்தில் வரிசையாக பலகை ஆசனங்களும், திண்டுகளும் போடப்பட்டுள்ளன.

		நடுவில் சக்கரவர்த்தி அமர்வதற்கான ஆசனம் போடப்பட்டுள்ளது.

		ஒவ்வொரு பலகைப் பீடத்திற்கும் முன்பும் ஒரு முக்காலியும், ஏட்டுச்சுவடிகளும், ஓலைகளும் தயாராக வைக்கப்பட்டுள்ளன.

		அதோடு இருபுறமும் சோழர்களின் புலிக்கொடியும், சூரிய குலத்தைக் குறிக்கும் சூரிய சின்னமும் விளங்குகின்றன.

2.	குடியாட்சி முறை குறித்து விமலாதித்தனுக்கும் மன்னனுக்கும் நடந்த உரையாடலை விவரி.

•	வேங்கிநாட்டில் உன் ஆட்சிமுறை எப்படி இருக்கிறது? - என்று மன்னர் விமலாதித்தனைக் கேட்டார்.

- அதற்கு விமலாதித்தன் எங்கள் நாட்டில் மக்களாட்சிமுறை நடக்கிறது, -என்னை முடியரசன் என்பதை விட குடியரசன் என்றே கூறலாம் என்றான்.

- அதனைக் கேட்ட மன்னர் தனக்கும், ஜனநாயகன் என்ற ஒரு பட்டம் உள்ளதாகவும், தன் ஆதிக்கத்தின் கீழ் உள்ள ஒவ்வொரு ஊரிலும், குடியாட்சி முறையும், தேர்தல் முறையும் உண்டு என்றார்.

- அதோடு, மக்களால் தேர்ந்தெடுக்கப்பட்ட ஊர் சபையினரால், ஒவ்வொரு கிராமமும் ஆளப்பட்டு, சுயதேவைப் பூர்த்தி உள்ளதாகவும், சுய நிர்ணய உரிமை உடையதாகவும் இருப்பதாகக் கூறினார்.

- மேலும், தான் மத்திய அரசின் அதிகாரங்களைக் குறைத்து, கிராம ஆட்சி அதிகாரங்களைப் பெருக்கியிருப்பதாகவும் கூறினார்.

3. விலாசமான ஒரு நாட்டின் உண்மையான பாதுகாப்பு எது என விமலாதித்தன் குறிப்பிட்டான்?

- பொது மக்களுக்கு அரசியல் அறிவையும் ஆட்சித் திறனையும் பெருக்குதல்,

- நாட்டுப்பற்று மிக்கவர்களாகவும், அந்நியப் படையெடுப்புகளிலிருந்து நாட்டைப் பாதுகாக்கும் திறன் உள்ளவர்களாக உருவாக்குதல் போன்றவற்றை மேற்கொண்டாலே போதும்.

- தாங்கள் மத்திய அரசின் அதிகாரங்களைக் குறைத்து, கிராம ஆட்சியின் அதிகாரங்களைப் பெருக்கினால்தான், தனிமனிதன் ஒவ்வொருவருக்கும் உரிமையும் சுதந்திரப் பற்றும் பெருகும்.

🟐 அதுவே விலாசமான ஒரு நாட்டின் உண்மையான பாதுகாப்பு என்று விமலாதித்தன் குறிப்பிட்டான்.

4. வரிகுறித்து விமலாதித்தன் மற்றும் மன்னருக்கு இடையே ஏற்பட்ட உரையாடலை விவரி.

🟐 மன்னர் விமலாதித்தனிடம் அவனது நாட்டில் என்னென்ன புதுவரிகள் போட்டிருப்பதாக வினவினார்.

🟐 அதற்கு விமலாதித்தன், வெயில் படாமல் உல்லாசமாக வாழ்பவர்களாகிய,

🟐 தாசிகள் முகம் பார்க்கும் கண்ணாடிகளுக்கும், தனவந்தர்கள் தாங்கிச்செல்லும் குடைகளுக்கும் வரிவிதித்திருப்பதாகக் கூறினான்.

🟐 மன்;னர் தங்கள் நாட்டில், "தாசிலோலர்களையும், கள்ளுக்குடியர்களையும் தேர்தலுக்குத் தகுதியற்றவர்களாக அறிவித்திருப்பதாகக்" கூறினார்.

🟐 மேலும், விளையாத நிலங்களுக்கு வரியை நீக்கிவிட்டு, திருமண வரியையும் ஆள்வரியையும் அதிகரித்திருப்பதாகக் கூறினார்.

5. விமலாதித்தன் ஒரு நாட்டின் பலவீனம் என்று எதனைக் குறிப்பிடுகின்றான்?

ஒரு நாட்டின் பலவீனம் அதன் அளவுக்கு மீறி இருக்கும் பரப்பளவும், மற்றும் அளவுக்கு மீறிய மக்கள் தொகைப் பெருக்கமுமே ஆகும் என்று விமலாதித்தன் கூறுகின்றான்.

6. இராஜராஜன் தங்கள் நாட்டில் எதற்குத் தடையிட்டிருப்பதாக விமலாதித்தனிடம் கூறினார் அதற்கான விமலாதித்தனின் பதில் யாது?

 விமலாதித்தன் வெளியிடும் வராகன் நாணயங்களுக்கு சோழநாட்டு வாணிகர்களிடையே அதிக மதிப்பு ஏற்பட்டிருப்பதாலும் தங்கள் நாட்டு காசுகளுக்கு மந்தம் ஏற்படாதிருப்பதற்காகவும் வராகன்களுக்குத் தடைவிதிக்கப்போவதாக மன்னர் கூறினார்.

 அதற்கு விமலாதித்தன் தங்கள் நாட்டு வராகனுக்கு மன்னர் தடைவிதித்தால், தானும் சேரநாட்டுத் தங்கத்திற்கும், தென்பாண்டி நாட்டின் முத்துக்கும் தடைவிதிக்கப்போவதாகக் கூறினான்.

7. இரட்டப்பாடி மன்னன் என்ன செய்வதாக இராஜராஜன் விமலாதித்ததனிடம் கூறினார்? அதற்கான விமலாதித்தனின் பதில் யாது?

 இரட்டப்பாடி மன்னன் சத்தியாசிரயன் சிறுசிறு படைகளை அனுப்பி வேங்கிநாட்ட பலத்தை சோதிப்பதாகவும்,

 வேங்கிநாட்டை பலகீனப்படுத்தி அதன் வழியாக செந்தமிழ் நாட்டிற்குள் புகப்போவதாகவும் தான் கேள்வியுற்றதாக விமலாதித்தனிடம் மன்னர் கூறினார்.

 அதற்கு விமலாதி;தன், அவன் நோக்கம் எதுவாயினும், வேங்கி நாட்டை அவன் பலவீனப்படுத்தப்போவதை தான் ஒப்புக்கொள்ளப் போவதில்லை என்றும் பதில் அளித்தான்.

8. எல்லைப்புறப் பாதுகாப்புக் குறித்து விமலாதித்தனிடம் மன்னர் யாது கூறினார் அதற்கான விமலாதித்தனின் பதில் யாது?

 தங்களின் எல்லைப்புறப் பாதுகாப்பிற்காக விமலாதித்தனின் வேங்கிநாட்டில் ஒரு பெரும் படையை நிறுத்தப் போவதாக மன்னர் கூறினார்.

 அதோடு தாங்கள் அனுப்பும் அரசியல் தூதரின் ஆலோசனைப்படியே விமலாதித்தனின் ஆட்சிமுறை நடைபெறவேண்டும் என்றும்,

 அயல்நாட்டு நிர்வாகங்களில் வல்லவரான பாலதேவரை வேங்கி நாட்டிற்கு அரசியல் தூதராக அனுப்பப் போவதாகவும் மன்னர் விமலாதித்ததனிடம் கூறினார்.

 அதற்கு விமலாதித்தன், சோழ நாட்டுடன் வேங்கி நாட்டை இணைத்து தன் சுய நிர்ணய உரிமையை மன்னர் பறிக்க நினைப்பது தான் உயிரோடு இருக்கும் போது மட்டுமல்ல இறந்தபிறகும் நடக்காது என்று மன்னரிடம் பதில் அளித்தான்.

9. விமலாதித்தன் குறித்து பாலதேவர் மன்னரிடம் என்ன கூறினார்?

 அரசியல் விஷயமாக பேசியதில் வெறுப்புற்ற விமலாதித்தன் தன் மகள் குந்தவையைக் கூட திரும்பிப் பார்க்காமல் செல்கிறானே என்று மன்னர் பாலதேவரிடம் வருந்திக் கூறினார்.

 அதற்கு பாலதேவன், விமலாதித்தன் மண்ணாசைப் பிடித்தவன்.

 அவன் தங்கள் மகளை விரும்பவில்லை.

சோழ சாம்ராஜ்யத்தைக் கொள்ளையடிக்கவே திட்டமிட்டுள்ளான்.

என்று கூறிவிட்டு அதற்கு உதாரணமாக இராஷ்டிரக்கூடப் பேரரசனிடம் பெண் கொண்ட மேலை சாளுக்கிய வம்சம் அந்த வம்சத்தையே விழுங்கிவிடவில்லையா என்பதைக் கூறினான்.

10. பாலதேவரைப் பற்றி மதுராந்தகரிடம் மன்னர் யாது கூறினார்?

மதுராந்தகரிடம் மன்னர் சபையைக் கூடச் சொன்னார்.

அதற்கு மதுராந்தகர் மன்னரிடம், அந்நியரான அரசியல் தந்திரி பாலதேவரின் ஆலோசனைகளுக்கே அதிகம் செவிசாய்க்கும் மன்னர் எதனால் சபையைக் கூட்டச் சொல்கிறார் என்று வினவினார்.

அதற்கு மன்னர். மதுராந்தகரிடம், தங்கள் உள்நாட்டு ஆட்சிமுறையில் யாரும் குறுக்கிடமாட்டார்கள். பல ஆண்டுகளாக ஒழுங்குபடுத்தித் தந்த தான் தற்சமயம் அயல் நாட்டு விவகாரங்களைச் சமாளிக்கவே இராஜதந்திரியின் ஆலோசனையைக் கேட்கநேரிடுகிறது என்று தெளிவுபடுத்தினார்.

11. கூட்டத்தில் நடைபெற்றவை யாவை?

கூட்டத்தில் மதுராந்தகர் சில கருத்துக்களை முன்வைத்;தார் அவை முறையே,

காவிரிக்கரை வயல்களையும், வானத்து மழையையும் மட்டும் நம்பியிராமல் நாடெங்கும் பல கண்ணாறுகளை வெட்டுதல்,

⬚ அதன் மூலம் நிலச் சதுரங்களைப் பெருக்கி தஞ்சாவூர் நாடு முழுமையையும் செழிப்பாக்குதல்,

⬚ விளை நிலங்களை அளவிட்டு, காணிக்கடன் மூலம் அரசாங்க வருவாய்க்குரியதை உலகளந்தான் நிர்ணயித்தது தொடர்பான செய்திகளை முன்மொழிந்தார் மதுராந்தகர்.

காட்சி 9

1. கலைப் பயிற்சி எதற்கு உதவுவதாக மன்னர் கூறுகிறார்?

மனதின் துக்கத்திற்கு சரியான மாற்று மருந்தாக கலைப்பயிற்சி உதவுகின்றது. அதுதான் ஒருவரை மெய்மறக்கச் செய்யும் ஆற்றல் பெற்றது. என்று கலைப் பயிற்சி குறித்து மன்னர் கூறுகிறார்.

2. போர் குறித்த குந்தவ்வையார் மற்றும் மன்னரின் கருத்துக்களை விளக்குக.

• போர் மக்களின் உயிர்களைப் பணயமாக வைத்து நடத்தப்படும் ஒரு செயல்.

• நாட்டின் அமைதியும், கலைவளர்ச்சியும் சிறப்புறுவதை தடுப்பது.

• என்று போரைக் குறித்து குந்தவ்வையாரும்,

• போரில் வெற்றி பெற்றால் உள்ளம் உவகை கொள்கின்றது.

•	வெற்றியின்போது பணிவும், தோல்வியின் போது துணிவும் பிறக்கச் செய்கின்றது. என்று மன்னர் போரைப் பற்றியும் விளக்கினர்.

3.	போரினால் ஏற்படும் இழிநிலைகள் குறித்தும் அவற்றைத் தவிர்ப்பதால் ஏற்படும் நன்மை குறித்தும் மன்னருக்கு தமக்கையாரின் அறிவுரை யாது?

❖	போரின் ஒவ்வொரு வெற்றி சமயத்திலும் பெண்கள் அநாதையாக விடப்படுகின்றனர்.

❖	அத்தகையோர் தங்களின் துன்பங்களை மறந்து கலைப்பணிகளில் தூய்மையாக இடம்பெற ஒரு கலைக்கூடம் அவசியம்.

❖	அதில் இயல், இசை நாடகம், ஓவியம், சிற்பம் முதலானவை வளக்கப்பட வேண்டும்.

❖	அன்னதானம் முதலிய அறத்துறைகளை ஏற்படுத்த வேண்டும்.

❖	அதன்மூலம் ஏழை உழவரும் நிலத்தை உழுது வாழ முடியும்.

❖	காசற்றவர்க்கு கடன் உதவி செய்து பொருளாதாரத் துறையை வளர்க்க வேண்டும்.

❖	ஊர்ப் புதியவர்கள், தங்குவதற்கும், ஊர் மக்கள் ஒன்றுகூடி உரையாடவுமான அரியதோர் இடத்தை ஏற்படுத்த வேண்டும்.

❖	இவ்வாறு இயற்றப்பட்டால் அரசரின் மெய்க்கீர்த்திகள் கல்வெட்டுக்களால் பதியப்படுவதன் மூலம் மன்னரின் வரலாற்றை அனைவரும் அறிய இயலும் என்ற உயரிய

கொள்கைகளை மன்னரிடம் முன் மொழிகின்றார் அவர் தமக்கையார்.

4. கோயில் குறித்து மன்னர் கூறியனவற்றை எழுதுக.

•   கலைத்துறை,

•   கல்வித்துறை,

•   அறத்துறை,

•   தொழில்துறை,

•   வரலாற்றுத் துறை,

•   பணத்துறை,

•   அரசியல் துறை

•   ஆகிய- அனைவற்றிற்கும் ஏற்ற ஒரு பொது இடம் கோயில் என்பதனை தன் தமக்கையார் வாயிலாக உணர்கின்றார் மன்னர்.

5.   இராஜராசன் எதனை உருவாக்க வேண்டும் என்று குந்தவ்வையார் குறிபிடுகின்றார்?

     மன்னர் ஏற்கனவே தன் மனைவியின் பெயரால் திருவையாற்றில் உலகமாதேவிச்சுரம் என்ற ஆலயத்தையும்,

     தன் தாயின் பெயரால் இலங்கையில் வானவன் மாதேவிச்சுரம் என்ற ஆலயத்தையும்,

 தன் பாட்டனார் பெயரால் அதிஞ்சயேச்சுரம் என்ற ஆலயத்தையும்.

 திருமுக்கூடலில் தன் பாட்டியின் பெயரால் செம்பியன் மாதேவிப் பெருமண்டபமும் எழுப்பியுள்ளதாகவும்,

 மன்னரின் பெயரால் தஞ்சை மண்ணில் மாபெரும் ஆலயம் ஒன்றை மன்னர் உருவாக்கவேண்டும் என்பதே தன் ஆசை என குந்தவ்வையார் குறிப்பிட்டார்.

5. இராஜ ராஜன் தான் எங்கு ஆலயம் எழுப்பப் போவதாகத் தன் தமக்கையாரிடம் தெரிவித்தார்?

 தன் தமக்கையார் வேண்டுதலின் படி, அவர் குறிப்பிட்ட அப்பர் சுவாமிகளின் தேவாரம் பாடல் பெற்ற வைப்புத் தலமாக விளங்கும் தஞ்சையம் பதியில் தளிக்குளத்தார் அருகேயே தான் பிரம்மாண்டமான ஆலயம் எழுப்பப் போவதாகவும்,

 அங்குள்ள கலையரங்கத்தின் தன் மகள் குந்தவையின் நடனத்தை முதன் முதலில் அரங்கேற்றி அதன் மூலம் கலைவளர்க்கும் காவலனாய்த் திகழப்போவதாகவும் மன்னர் தன் தமக்கையாரிடம் கூறினார்.

_ குறிப்பு: 10வது காட்சியில் பொதுத் தேர்விற்கு வரும்படியான குறிப்பிடத் தகுந்த வினாக்கள் ஏதும் இல்லை. எனவே அக்காட்சியில் வினாக்கள் தயாரிக்கப் படவில்லை.

காட்சி 11

1. விமலாதித்தன் அமைச்சரிடம் எதை எங்கு பறக்கவிடக் கூறினான்?

விமலாதித்தன் அமைச்சரிடம், தம் நாட்டுப் பன்றிக்கொடியை வேங்கிநாட்டு எல்லையில் புலிக்கொடிக்கு எதிராகப் பறக்கவிடும்படிக் கூறினான். அதோடு ஒரு காவற்படையையும் நிறுத்தச் சொன்னான்.

2. அமைச்சர் விமலாதித்தனிடம் கொடி பற்றிக் கேட்டதற்கு விமலாதித்தன் என்ன பதில் அளித்தான்?

 அமைச்சர் இராஜராஜ சக்கரவர்த்திகளின் புலிக்கொடிக்கு எதிராகவா பன்றிக்கொடியைப் பறக்கவிடவேண்டும்? என்று வினவினார்.

 அதற்கு விமலாதித்தன் அமைச்சரிடம்,

 சோழப்பேரரசின் சூரியோதயம் ஏழைக் குடியானவர்களின் புஞ்சை வயல்களை பொன்வயல்களாக்கவில்லை.

 சந்திரோதயத்தையும் துடைத்துக்கொண்டு இரத்தக் கடலில் ஏகாதிபத்திய திசையை நோக்கி உதயமாக முயல்கின்றது.

 அதோடு விமலாதித்தனின் மீதும் கூட அது திரும்பலாம் என்றான்.

3. அமைச்சர் விமலாதித்தனிடம் எதற்காக எதை வைத்திருக்கக் கூறினார்?

அமைச்சர் விமலாதித்தனிடம், தங்கள் வேங்கிநாட்டின் தற்காப்பிற்காக, மாபெரும் படை ஒன்றினை தங்கள் மண்ணில் உருவாக்கி வைத்திருத்;தல் அவசியம் என்று கூறினார்.

4.	மன்னர் இராசராசரைப் பற்றி விமலாதித்தனும் அமைச்சரும் கூறிக்கொண்டவை யாவை?

	பிரித்தாளும் சூழ்ச்சியுள்ள இராஜதந்திரி பாலதேவரின் கைப்பொம்மையாக மன்னர் ஆடுவதாக விமலாதித்தன் கூறினான்.

	அதுகேட்ட அமைச்சர் விமலாதித்தனிடம், மன்னர் இராஜராஜர் தம் தமக்கையின் வேண்டுதலின் படி தஞ்சையில் மாபெரும் கோவிலைக் கட்டியிருப்பதையும், அதிலுள்ள கலையரங்கில் தம் மகள் குந்தவையின் நாட்டிய அரங்கேற்றத்தை நிகழ்த்த உள்ளதையும், அதற்காக நாடுமுழுவதும் அழைப்பு விடுத்துள்ளதையும் பற்றி அறிவித்தார்.

	அதுகேட்ட விமலாதித்தன் தான் அழையா விருந்தாக அங்கு செல்வது அழகல்ல என்றாலும், தான் ஒரு கலைஞன் என்ற முறையில் அவள் நடனத்தைக் காணப்போதாகக் கூறினான்.

	அதுகேட்ட அமைச்சர் பகையரசன் நாட்டில் படைபலமின்றி செல்வதால் தங்கள் உயிருக்கு ஆபத்து நிகழலாம் என்று பதிலளித்;தார்.

	அதற்கு விமலாதித்தன் சோழர்கள் சுத்தவீரர்களாய் இருப்பதால் அவ்வாறு செய்ய வாய்ப்பில்லை என்று பதில் அளித்தான்.

காட்சி 12

1. அழகி என்ற கிழவி குறித்து இராஜராஜன் கூறியது யாது?

•	தான் எழுப்பிய தஞ்சைக் கோவில் விமானச் சிகரத்தின் நடுவே அழகி என்ற கிழவியின் வீட்டுக் கல்லையும் சிற்பிகள் சேர்த்துவிட்டார்கள் என்பதால் தான் சினப்பட்டதாகவும்,

•	ஆனால் எம்பெருமான் கிழவி தரும் நிழலிலேதான் அமர்ந்திருக்கிறார் என்பதை அறிந்ததால் தான் பெருமையுற்றதாகவும்,

•	அவள் பெயராலேயே- அழகிக் குளம், அழகித் தோட்டம் தர ஏற்பாடு செய்யப் போவதாகவும் கூறினார்.

2.	தஞ்சை பெருவுடையார் கோயில் குறித்து மதுராந்தகர், மன்னர் மற்றும் பாலதேவர் ஆகியோர் கூறியன யாவை?

•	மதுராந்தகர் இதுவரை இந்த யுகத்தில் இத்தகைய ஆலயம் எழுந்ததில்லை. சூரியன் எந்த திசையில் திரும்பினாலும் இக்கோயிலின் நிழல் பூமியில் படுவதில்லை என்று புகழ்ந்தார்.

•	பாலதேவர் மன்னரிடம், கோவிலில் உள்ள சிலைகள் கல்லால் செதுக்கப்பட்டவை என்றாலும், அவற்றின் முகங்களில் எத்தனை விதமான உணர்ச்சி பாவங்கள்; ஓடுகின்றன என்றார்.

•	அதற்கு மன்னர், கல்லுக்கும் உயிர் கொடுக்கச் செய்யும் வித்தைகளைக் கற்பித்தவர் தமிழர்! என்று பெருமையோடு கூறினார்.

* அதோடு இப்பேசும் சிலைகளே என் புகழ் பாடும் மௌனக் கவிதைகள்!. இனி எஞ்சி நிற்கும் காலங்களில் தன் வாழ்க்கையை இக்கலைப் பணிக்காகவே தான் அர்ப்பணிக்கப் போவதாகக் கூறினார்.

3. மதுராந்தகர் தான் எதனை ஏற்பாடு செய்துள்ளதாகக் கூறினார்? அதற்கு பாலதேவர் மன்னர் குறித்து என்ன கூறினார்?

* கலைக்கோயிலாகத் திகழும் பெருவுடையார் கோயிலில், முத்தமிழ்க் கலையை வளர்க்க 400 பெண்களையும், தமிழிசைப் பாடுபவர்கள் 48 பேரையும், கந்தர்வர் 75 பேரையும் ஏற்பாடு செய்துள்ளதாகக் கூறினார்.

* அதற்கு பாலதேவர் மன்னர் இராஜராஜர் சைவம் தழைக்க வந்த பெருவேந்தர் என்று பாராட்டினார்.

4. மதம்; பற்றி, இராஜராஜர் மற்றும் அவர் தமக்கையாருக்கும் நடந்த உரையாடலை விவரி.

* மன்னர் தம் தமக்கையாரிடம், எம்மதமும் சம்மதம் என்பதனை நிருபிக்க, பெருவுடையார் கோயிலில், விக்கிரமன் திருவாசலில் கீழ்பாகத்திலும், சுவர்களிலும் புத்தபிரான் சிலைகளை அமைத்திருப்பதாகக் கூறினார்.

* அதற்கு அவர் தமக்கையார், அவரிடம்,

* அவர் தன் அருமைத் தம்பிமட்டுமல்ல. தமிழ்ப்பெருவேந்தன் என்றும்,

⬜   இனி வரும் காலங்களில் அவன் பெயராலேயே அனைத்துக் கோயிலின் கோபுரமும் "இராஜ கோபுரம்" என்றே அழைக்கப்படும் என்றும் வாழ்த்தினார்.

குறிப்பு:   13 வது காட்சியில் வினாக்கள் முக்கியமாக எதுவும் இல்லை.

காட்சி 14

1.   குந்தவை பொது இடத்தில் நடனம் ஆடுவதைக் குறித்து முத்துப்பல்லர் மதுராந்தகரிடம் கேட்டதையும் அதற்கு அவர் உரைத்த பதிலையும் எழுதுக.?

•   முத்துப்பல்லர் மதுராந்தகரிடம் - "வீட்டரசிகள் கூட்டத்தில் ஆட்டம் போடுவது நாட்டிற்கு நல்லதா?" என்று வினவினார்.

•   அதற்கு மதுராந்தகர் ஆட்டக்கலை அருள்வழியில் செல்லவேண்டும் என்பதற்காகத்தான் அதனை அம்பலவாணர் சன்னதியில் வளர்ப்பதாகக் கூறினார்.

2. விழா அழைப்பிதழ் யார் யாருக்கெல்லாம் அனுப்பப் பட்டது? இராஜேந்திரன் ஏன் மனம் வருந்தினான்?

⬜   எதிரி என்று, தம்மை பட்டயம் தீட்டும் சத்தியாசிரயனுக்கு சம்பிரதாயமாகவும்,

 காலம் எல்லாம் பகைவன் என்று கனல் கக்கும் கங்கை மன்னர்களுக்கும்,

 சோழப்பேரரசின் சூரியோதயம் ஏழைக் குடியானவர்களின் புஞ்சை வயல்களை பொன்வயல்களாக்கவில்லை.

 சீறிவிழும் சிங்களர்களுக்கும் அழைப்பு விடுக்கப்பட்டது.

 இதனால்; இராஜேந்திரன் தன் நண்பன் வேங்கிநாட்டு மன்னன் விமலாதித்தனுக்கு மட்டும் அழைப்பு விடுக்காததால் மனம் வருந்தினான்.

3. அமைச்சர் விமலாதித்தனிடம் எதற்காக எதை வைத்திருக்கக் கூறினார்?

அமைச்சர் விமலாதித்தனிடம், தங்கள் வேங்கிநாட்டின் தற்காப்பிற்காக, மாபெரும் படை ஒன்றினை தங்கள் மண்ணில் உருவாக்கி வைத்திருத்;தல் அவசியம் என்று கூறினார்.

4. தஞ்சை மாநகரம் எதற்காகக் காத்திருப்பதாக வீரமாதேவி குறிப்பிட்டார்? மேலும் இராஜேந்திரனைப் பற்றி மதுராந்தகரிடம் என்ன கூறினார்? அதற்கான அவர் பதில் யாது?

 இராஜேந்திரனின் அருமைத் தமக்கையாரின் நடனத்தைக் காணத் தஞ்சை மாநகர் காத்திருக்கிறது.

 அருமைத் தமையனார் அங்கில்லாதிருந்தால் குந்தவி நாச்சியார் மிகவும் வேதனைப் படுவார் என்றார் வீரமாதேவி.

அதுகேட்ட மதுராந்தகர்; பாலதேவரின் ராஜதந்திரமும் பிரித்தாளும் சூழ்ச்சியுமே இதற்கெல்லாம் காரணம். அதோடு நண்பர்களைப் பிரித்து நாட்டை பலஹீனப்படுத்தவே அவர் திட்டமிடுவதாகவும் கூறினார்.

காட்சி 15

1. மன்னர் இராஜராஜரின் வரவேற்பும் விமலாதித்தன் செயலும் அதற்கு இருவரிடையே நடந்த கூற்றையும் எழுதுக.

- இராஜராஜன் அரங்க மேடைக்கு வரும்பொழுது மக்கள் "நித்த வினோத இராஜராஜ சோழர் சக்கரவர்;திகள் வாழ்க! உடையார் அருண்மொழித் தேவர் வாழ்க!" என்று வாழ்த்தினர்.

- அப்பொழுது விமலாதித்தன் அவரை வணங்கவே, மன்னர் அவனை நோக்கி வணங்காமுடி விமலாதித்தருக்கு அதுவே புத்திசாலித்தனம் என்றார்.

- அதைக் கேட்ட விமலாதித்தன், கலைக்கோவிலைக் கட்டியதற்காகவே அவரை வணங்கியதாக பதில் அளித்தான்.

காட்சி 16

1. விழா மேடை எவ்வாறு அமைக்கப்பட்டிருந்தது என்பதனை எழுதுக.

 மேடையின் ஒருபுறம் சோழனின் புலிக்கொடியும், மறுபுறம் சூரிய குலத்தைக் குறிக்கும் சூரியச் சின்னமுள்ள அடையாளக் கொடியும் காட்சியளித்தன.

 மேடை முழுவதும் நன்கு அலங்கரிக்கப் பட்டிருந்தது.

 தோரணங்களும், ஆலவட்டங்களும் தொங்கின.

 மேடையின் ஒருபுறத்தில் இசைக் கருவிகளுடன் காந்தர்விகளும் காந்தர்வர்களும் அமர்ந்திருந்தனர்.

 மேடையைச் சற்றிலும் கலை ரசிகர்களும், அரசப் பிரதானிகளும் குழுமியிருந்தனர்.

 இராஜராஜன், பாலதேவர், வீரமாதேவி முதலானோரும் அமர்ந்திருந்தனர்.

2. குந்தவி நடனம் ஆடிய பாடல் யாது?

முன்னம் அவனுடைய நாமம் கேட்டாள்

மூர்;த்தி அவனிருக்கும் வண்ணம் கேட்டாள்

பின்னை அவனுடைய ஆரூர் கேட்டாள்

பெம்மான் அவனுக்கே பிச்சி யானாள்

அன்னையையும் அத்தனையும் அன்றே நீத்தாள்

அகன்றாள் அகலிடத்தார் ஆசாரத்தைத்

தன்னை மறந்தாள் தன் நாமங்கெட்டாள்

தலைப்பட்டாள் நங்கை தலைவன்தாளே!   - என்ற பாடல் வரிகளுக்கு குந்தவி நாச்சியார் நடனம் ஆடினாள்.

2.   நடனத்தின் போது குந்தவைக்கும் விமலாதித்தனுக்கும் நடந்த வாக்குவாதம் யாது?

 ஆடலில் தாளம் தப்பியதாக விமலாதித்தன் குந்தவையிடம் கூறினான்.

 தான் அரசர் மகள் என்பதனை அறிந்திருந்தும் தன்னை குற்றம் கூறியவர் யார் என்று குந்தவை வினவ,

 வேங்கிநாட்டு வேந்தன் தான் எனவும், விண்ணில் விளங்கும் விஞ்சையரும் தன்னை வணங்கும் அளவிற்கு வித்தை பயின்றவன் என்றும் தன்னைக் கூறிக்கொண்டான்.

 அரசர் வெற்றி; புகழைக் காணச் சகிக்காமல் பரும்படை ஒன்றைத் திரட்டி வருவதாகவும், தான் ஆடல் பாடலில் சிறந்து விளங்கி கலையுலகில் பெறும் வெற்றிப் புகழைக் காணச் சகியாதவன் அவன் என்று குந்தவை குற்றம் சாட்டினாள்.

 அதற்கு   விமலாதித்தன்   அத்தகைய கீழ்மைக்   குணம் படைத்தவர் அதுவரை வேங்கிநாட்டில் பிறக்கவில்லை என்றும் குந்தவையின் கருத்து ஆட்டத்தில் இல்லாததால் தாளம் தவறிற்று என்று மறுமொழி கூறினான்.

3. குந்தவையை விமலாதித்தன் எவ்வாறு புகழ்ந்தான்?

 குந்தவி ஆட்டத்தில் மாதவி என்றும்,

ஆயகலைகளில் ஆதிமந்தி என்றும்,

அன்பில் ஆதிரை என்றும்,

அழகில் மணிமேகலை என்றும்,

அடக்கத்தில் குணமாலை என்றும்,

கானத்தில் காந்தருவதத்தை என்றும்,

காதலில் வாசவதத்தை என்றும்,

அதிகாரத்திலும், பிடிவாதத்திலும் சுரமஞ்சரி என்றும் புகழ்ந்து குறிப்பிட்டான்.

4. மன்னரை விமலாதித்தன் வணங்காததைக் குறித்து பாலதேவர், மன்னர், விமலாதித்தன் ஆகியோருக்கு ஏற்பட்ட கருத்து வேறுபாடுகளை எழுதுக.

❖ குந்தவையின் ஆடலில் குற்றம் கண்டுபிடித்த விமலாதித்தனிடம் குந்தவை அங்கு குழுமியிருந்த மற்ற இசைவாணர்கள் தன் நடனத்தில் தவறுகாணாதபோது விமலாதித்தன் மட்டும் கண்டது குறித்துவினாவியபோது,

❖ அவர்கள் அனைவரும் பாராளும் பார்த்திபனின் மகள் என்பதால் பயந்துவிடுத்திருக்கலாம் என்று கூறியபோது,

❖ அத்தகையோரிடம் தங்களுக்கு மட்டும் பயமில்லையா என்று வினவினாள். அதற்கு அவர் ஒன்றும் பேயோ பிசாசோ அல்லவே என்று மறுமொழிகூறினான் விமலாதித்தன்.

❖ இதனைக் கேட்டுக்கொண்டிருந்த பாலதேவர், பிற மக்களும் மன்னர்களேயன்றி நிலமும் கடலும் கூட வணங்கும்

மன்னரை விமலாதித்தன் அவமதிப்பதாகக் மன்னரிடம் சுட்டிக்காட்டினான்.

* அதற்கு மன்னர் விமலாதித்தனிடம் இந்த செருக்கு?.... என வினவ

* விமலாதித்தன் அது செருக்கன்று தன் மதிப்பை நிலைநாட்டும் நிமிர்ச்சி என்று பதிலளித்தான்.

5. காவிரி குறித்து மன்னருக்கும் விமலாதித்தனுக்கும் நடந்த உரையாடலை விவரி.

• விமலாதித்தன் காவிரி வளநாட்டான் தொடர்பினை இழப்பதை மன்னர் சுட்டிக்காட்டினார்.

• அதற்கு விமலாதித்தன் அவர் நாட்டில் காவிரி ஓடினால் அதற்கு இணையாகத் தன் நாட்டின் வளத்திற்காக கிருஷ்ணா, துங்கபத்திரை ஆகிய நதிகள் ஓடுவதனை அவர் மறந்துவிடவேண்டாம் என்று பதில் அளித்தான்.

6. வேங்கை நாடு குறித்து மன்னருக்கும் விமலாதித்தனுக்கும் நடந்த உரையாடல் யாது?

• வேங்கைநாடு விமலாதித்தனின் தமையனுக்குத் தான் உவந்தளித்த பிச்சை என்று மன்னர் கூறினார்.

• அதைக்கேட்ட விமலாதித்தன் அது பிச்சையன்று, மன்னரின் வெற்றிப்பாதைக்குத் தம் தமையனார் வழிவகுத்துக் கொடுத்ததற்கான நன்றிக்கடன் என்று பதில் அளித்தான்.

* அதோடு மன்னர் சோழப் பேரரசை நிலைநாட்டத் தன் நாட்டைப் பறிக்கவேண்டாம் என்றும், விமலாதித்தனாகிய தான் பிறநாட்டு மக்கள் உரிமையையும், மன்னர் முடியையும் பறிக்க நினைப்பதில்லை என்றும் கூறினான்.

7.   மதுராந்தகர் விமலாதித்தனிடம் கூறியதையும் அதற்கு விமலாதித்தனின் மறுமொழியையும் விவரி.

    மதுராந்தகர் விமலாதித்தனிடம், சோழரும், வேங்கியரும் தத்தம் பிரிவு மனப்பான்மையை மறந்து ஒன்றுபடவேண்டும் என்றும், அத்தோடு ஒன்றுபட்ட நாட்டையும், நாகரிகத்தையும் உருவாக்கவேண்டும் என்றும் கேட்டுக்கொண்டார்.

    அதற்கு விமலாதித்தன், சோழர் குலமும், வேங்கி குலமும் இணைந்து தமிழர் குலம் தழைக்கவேண்டும் என்பதையே தான் விரும்புவதாகவும், அதற்குத் தடையாக உள்ளொன்று வைத்துப் புறமொன்று பேசும் அந்நியன் ஒருவனாகிய பாலதேவர் தடையாக இருப்பதனையும் சுட்டிக்காட்டினான்.

8. இராஜராஜரின் வினாவும் அதற்கான விமலாதித்தனின் உவமைக் கருத்துக்களும் யாவை?

    சோழப்பேரரசு என்ற ஒரு பெரும் நாடு இருக்கும் போது வேங்கிநாடு போன்ற தனித்தனி நாடுகள் இனி இருக்கக் கூடாது என்று மன்னர் கூறினார்.

    அதற்கு விமலாதித்தன் தாமரை மலர்வது கண்டு கொட்டி கூம்பிவிடுவதில்லை என்ற உவமையையும்,

	மாணிக்கக் கற்கள் இருக்கிறதே என்று மற்ற கற்கள் மறைந்துவிடுவதில்லை என்ற உவமையையும் பதிலாக நல்கினான்.

9.	வரிசெலுத்த வேண்டும் என்ற மன்னரிடம் விமலாதித்தன் யாது கூறினான்?

	தனக்கு இனி விமலாதித்தன் நீதிமுறை செலுத்த வேண்டும் என்று மன்னர் கூறினார்.

	அதற்கு விமலாதித்தன், விமலாதித்தன் தான் அடிமை என்ற முத்திரையுடன் யாருக்கும் திரைசெலுத்துவான் என்று கனவிலும் நினைக்க வேண்டாம் என்றும்,

	தன் மதிப்பிற்கும், தன் நாட்டின் சுய நிர்ணய உரிமைக்கும் முன் தன் உயிரைத் துரும்பென மதிப்பவன் தான் விமலாதித்தன் என்றும்,

	உத்தமப் பெண்; தன் உயிரைப் பலிகொடுபபாளேயன்றி, தன் கற்பினை பலிகொடுக்க மாட்டாள் என்ற உவமையையும் மன்னரிடம் முன்மொழிந்தான்.

10.	பணிதல் குறித்து விமலாதித்தனுக்கும் மன்னருக்கும் இடையே நடந்த உரையாடலை விவரி.

	விமலாதித்தன் தன்னை தலை வணங்கப்போவதில்லையா என்ற மன்னர் கேட்டதற்கு,

	விமலாதித்தன் மன்னரிடம், வெள்ளப்பெருக்கைக் கண்டு வெறும் புல்தான் தலைவணங்கும் என்றும்,

வீரமலை கடல் பொங்கினாலும் தலைவணங்காது என்றும் கூறினான். அதோடு விமலாதித்தனைப் பகைப்பதும் விதிக்காவலனைப் பகைப்பதும் ஒன்று என்றும் கூறினான்.

11. கொடி, குலம் பற்றிய மன்னர் மற்றும் விமலாதித்தனின் வாக்குவாதங்கள் யாவை?

தன் புலிக்கொடி முன் பன்றிக்கொடியா? என்று மன்னன் வினவியதற்கு

உலகைப் பாதுகாக்க திருமால் எடுத்த அவதாரம் பன்றியே அன்றி புலி அன்று என்று விமலாதித்தனும்,

தன் சூரிய குலத்திற்கு முன் அவன் சந்திரகுலமா என்று மன்னர் வினவியதற்கு

விரிசடைக் கடவுளின் திருமுடியில் ஏறியமர்ந்தது சந்திரனே அன்றி சூரியனல்ல என்றும் விமலாதித்தன் மறுமொழி புகன்றான்.

12. மக்களின் இதயத்தில் என்ன இருப்பதாக விமலாதித்தன் கூறினான்?

விமலாதித்தனின் தொடர்ச்சியான வாக்குவாதத்தால் சினமுற்ற மன்னர் தன்னுடைய பெரும் படையுடன் விமலாதித்தனை போர் புரிய ஆயத்தமாக இருக்கும் படிக் கூறினார்.

அதற்கு விமலாதித்தன் மன்னரிடம்,

மத்திய அரசின் அதிகாரங்களைப் பெருக்கி, மாவட்ட வளநாடுகளின் உரிமைகளையும், தனி மனிதனின் சுதந்திரத்தையும்

சூறையாடும் இராஜ தந்திரத்தை அந்நியரிடம் இருந்து கற்க முயல்பவர் மன்னர் என்றும்,

 பலம் என்பது படைகளின் எண்ணிக்கையில் அல்ல என்றும், அது மக்களின் இருதயத்தில் தான் உள்ளது என்றும் கூறினான்.

காட்சி 17

1. சோழப் பேரரசர் குந்தவையிடம் என்ன கேட்டாள்? அதற்கு அவளின் பதில் யாது?

• விமலாதித்தன்- தம் சோழப்பேரரசுக்கு திறை செலுத்த வேண்டும் என்று மன்னர் கூறினார்.

• அதற்கு குந்தவை முன்னர் மன்னர் அவர்கள் விமலாதித்தனிடம், நிபந்தனை அற்ற சுதந்திரம் என்று வாக்களித்து விட்டு தற்பொழுது திறை செலுத்த வேண்டும் என்று கட்டளை இடுவது நியாயமில்லை என்று கூறினாள்.

2. இராஜேந்திரன் தன் தந்தையின் நிபந்தனையின் பேரால் யார் யாருடனெல்லாம் போர் புரிந்ததாகத் தந்தையிடம் கூறினான்? ஆனால் தன்னால் எதனைச் செய்ய இயலாது என்று கூறினான்?

 சகோதரர் போன்ற, சேர பாண்டியர்களை வென்றதாகவும்,

 தமிழ்; நாட்டின் தற்காப்பிற்குத் தேவையான சேரரின் கப்பற்படையை காந்தளூர் சாலையில் கொளுத்தியதாகவும்,

 பாண்டியன் அமரபுஜங்களையும் போரில் புறங்காணச் செய்ததாகவும்,

 தன் அருமை நண்பன் விமலாதித்தனின் மேல் போர் மேற்கொள்ள தன்னால் இயலாது என்று இராஜேந்திரன் தன் தந்தையிடம் கூறினான்.

3. காதல் குறித்து மன்னர் பாலதேவரிடம் என்ன கூறினார்?

•   பழந்தமிழ் நாட்டில் காதலுக்குக் குலப்பெருமை கிடையாது என்றும்,

•   காதலிலிருந்து பிறப்பது தான் வீரம் என்றும் - பாலதேவரிடம் மன்னர் கூறினார்.

———————————

காட்சி - 18

1. தமிழகம் குறித்து சோழமன்னர் வீரமாதேவியிடம் கூறியதையும், அதற்கான அவள் பதிலையும் எழுதுக.

 "தலநிமிர்ந்து நிற்கும்   தமிழகத்தின் இணையற்ற நாகரிகம் உலகெங்கும் பரவுவதற்கு,

 அடிவானத்திற்கு   அப்பாலும்   சிறந்திருக்கும் சோழசாம்ராஜ்யத்தின் சூரியோதயத்தைத் தான் அது எதிர் நோக்குகின்றது அல்லவா?" என்று மன்னர் வீரமாதேவியிடம் வினவினார்.

அதற்கு வீரமாதேவி, தங்கள் அமைச்சர் மதுராந்தகரின் தங்கை என்பதற்காக மட்டுமன்றி, சோழப்பேரரசில் இருக்கும் ஒவ்வொரு குடிமகனின் கனவும் அதுதான் என்று கூறினாள்.

2. சோழமன்னர் தன் கனவு எது என வீரமாதேவியிடம் கூறினார். ?

வேங்கிநாடு மட்டும் அல்லாது தமிழரைத் தாழ்வாக நினைக்கும், கங்கையையும், கடாரத்தையும் தாண்டி தம் சோழர் படை செல்லவேண்டும் என்பது தம் கனவு என்றும் மக்கள் அதற்கு மதிப்பு கொடுப்பார்கள் என்றும் வீரமாதேவியிடம் சோழமன்னர் தெரிவித்தார்.

3. சோழர்கள் குறித்து மன்னர் வீரமாதேவியிடம் என்ன கூறினார்.?

❖ சோழர்கள் என்றும் தேச பக்தியில் சிறந்தவர்கள்.
❖ தாங்கள் பிறந்த தமிழ்நாட்டின் மனிதாபிமானத்தையும், பெருமையையும் காப்பாற்றுவதற்காக எதனையும் செய்யத் தயங்கமாட்டார்கள் என்று சோழர்கள் குறித்து மன்னர் வீரமாதேவியிடம் கூறினார்.

4. சோழப்பேரரசின் விருஷம் எதனால் ஆட்டம் கண்டுவிடும் என மன்னர் வீரமாதேவியிடம் கூறினார்.?

வேங்கிநாடு சோழப்பேரரசுக்குத் தலைவாயில் போன்றது. அதன்மீது படையெடுத்து விமலாதித்தனோடு தன் மகன் இராஜேந்திரன் போர் புரிய மறுத்தால் சோழப்பேரரசின் விருஷம் ஆட்டம் கண்டுவிடும் என மன்னர் வீரமாதேவியிடம் கூறினார்.

5. வீரமாதேவி தான் எதற்கு வெட்கப்படுவதாக இராஜேந்திரனிடம் கூறினாள்?

போர் என்றால் படைத்தலைமைக்குத் தலைமறையும் ஒரு கோழையாக இராஜேந்திரன் விளங்குவதால் அவனைக் காதலித்ததற்காத் தான் வெட்கப்படுவதாக வீரமாதேவி கூறினாள்.

6. வீரமாதேவி தான் எதன் வழியில் பிறந்ததாக இளவரசரிடம் தெரிவித்தாள்?

 வீரத் தமிழ் மண்ணில் பிறந்து, வீரப் பெண்குலத்திலே வளர்ந்தவள் என்றும்,

 உன் கணவன் எங்கே என்று கேட்க, போர்க்களத்தைச் சுட்டிக்காட்டிய தமிழ்ப் பெண்மையில் தழைத்தவள் தான் என்றும்,

 முதல் நாள் போரில் தன் தமையனையும், மறுநாள் போரில் தன் கணவனையும் பறிகொடுத்த நிலையில் இருக்கும் ஒரு பெண், மறுநாளும் போர் முரசம் கேட்க தன் ஒரே பச்சிளம் மகனிடம் வாள் கொடுத்துப் போருக்குப் பரிந்தனுப்பிய தமிழ்த்தாய் வழியில் வந்தவள் தான் என்றும்,

 தவமிருந்து பெற்ற தன் மைந்தன் போரில் புறமுதுகிட்டான் என்ற செய்தியைக் கேட்ட தாய் ஒருத்தி அவனுக்குப் பாலூட்டிய தன் தனத்தையே அறுத்தெறிந்தாள். அப்படிப்பட்ட வஞ்சினம் கூறியதாய் வழியில் பிறந்தவள் தான் என்றும் வீரமாதேவி தன்னைப் பற்றி இளவரசனிடம் கூறினாள்.

7. வீரமாதேவி தான் எங்கு செல்லப் போவதாக இளவரசரிடம் கூறினாள்? அதற்கான இளவரசரின் பதில் யாது?

▢ கோழையாக விளங்கும் இளவரசரைக் காதலித்த குற்றத்திற்காகத் தானே படைத்தலைமை ஏற்று வேங்கி மன்னர் விமலாதித்தனோடு போர் புரியப் போவதாக வீரமாதேவி கூறினாள்.

▢ அதற்கு இளவரசர் இராஜேந்திரன், அவளிடம், சோழன் கரிகாலன் வம்சத்தில் இராஜராஜ சோழரின் மகனாய்ப் பிறந்த தான் ஒருநாளும் கோழையாக இருக்கமுடியாது என்றும், தன் நண்பனின் அன்பினால் தான் கோழையானான் என்றும், அத்தகையவனை, ஒரு நங்கையின் காதல் வீரனாக்கியது என்று பெண் குலம் பெருமை பேசட்டும் என்றும் மறுமொழி கூறினான்.

8. இளவரசர் மன்னரிடம் எது எவ்வாறு வெற்றி கீதம் பாடட்டும் என்று ஆவேசமாகக் கூறினான்?

• இளவரசன் தன் தந்தையிடம், விமலாதித்தனை முறியடித்து, வேங்கி மண்ணில் அவர்களின் புலிக்கொடியைப் பறக்கவிடுவதாகவும்,

• வெற்றி மகளோடு விளையாடி, வாகை மாலை சூடும் அந்த வீரக்கையாலேயே வீரமாதேவிக்கு மணமாலை சூடுவதாகவும் அதன்மூலம்,

• நாட்டின் தேவைக்கு முன்பாக தன் நட்பையும் துடைத்தெறிந்த ஒரு நன்மகன் தான் என்று, வீரர் பெருந்திருக்கூட்டம் தன்னை வெற்றி கீதம் பாடி பாராட்டட்டும் என்று ஆவேசமாகக் கூறினான்.

9. 'பஞ்சவன் மாராயன்' என்று - புகழப்பட்டவன் யார்?

ஒன்பது லட்சம் வீரர்களுடன் படையெடுத்து, எத்தனையோ நாடுகளை வென்று அதன் காரணமாகப் 'பஞ்சவன் மாராயன்' என்ற பட்டம் பெற்றவன் இளவரசன் இராஜேந்தின் ஆவான்.

10. எதனால் ஐந்நூறு போர்வீரர்களை மட்டும் இராஜேந்திரருன் தான் அனுப்புவதாக மன்னர் கூறினார்?

இரட்டப்பாடி சத்தியாசிரயனும், வடவேந்தர்களும் திடிரென சோழப்பேரரசின் மீது படையெடுத்து வந்தால், அதற்காகத் எந்த நேரத்திலும் தம் மூன்று மகா சேனையும் தேவைப்படும் என்பதற்காக ஐந்நூறு போர்வீரர்களை மட்டும்; இராஜேந்திரருன் தான் அனுப்புவதாக மன்னர் கூறினார்.

காட்சி 19

1. சத்தியாசிரயனை எதற்காகக் படைகளுடன் காத்திருக்கும்படி ஒற்றனிடம் பாலதேவர் கூறினார்?

• இரட்டப்பாடி மன்னருக்கு ஜன்ம சத்ருக்களாக விளங்கும் சோழமன்னருக்கும், வேங்கிநாட்டு மன்னருக்கும் போர் ஏற்பட்டதாலும்,

• இனி அவர்கள் கடைசிவரை போராட்டத்தை விடமாட்டார்கள் என்பதற்காகவும்,

* இருதரப்பினரிடையேயும் பல்லாயிரக்கணக்கான போர் வீரர்கள் மடிந்து இரண்டு வல்லரசுகளும் பலவீனம் அடைந்துவிடும் என்பதாலும்,

* மாபெரும் சேனைத்தலைவர்களாக விளங்கும் விமலாதித்தன் அல்லது இராஜேந்திரன் ஆகிய இருவருள் ஒருவர் மடிவது உறுதி என்பதாலும்,

* இச்சூழல் தங்களுக்குச் சாதகமாக இருப்பதாலும்,

* சத்தியாசிரயனை படைகளுடன் காத்திருக்கும்படி, ஒற்றனிடம் பாலதேவர் கூறியனுப்பினார்.

---

2. இரட்டப்பாடி மன்னன் ஒற்றனிடம் எதனைக் கொடுத்தான்? அதனைப் பெற்ற பாலதேவர் என்ன கூறி பிறகு என்ன செய்தார்?

 சத்தியாசிரியமன்னனின் இலச்சினை(அடையாளத்தைப்) பொறித்த குத்துவாளை, ஒற்றன் இரட்டப்பாடி மன்னன் கொடுத்ததாகக் கூறி பாலதேவனிடம் தந்தான்.

 அதனைப் பெற்றுக் கொண்ட அவர் இது தன் உயிரைக் காப்பாற்றிக் கொள்ளவோ அன்றி இராஜராஜனைக் கொல்லவோ பயன்படாது என்று கூறி அதனைக் கீழே வீசினார்.

காட்சி - 20

1. கோழிச்சண்டை குறித்து மதுராந்தகரும் இராஜராஜனும் என்ன பேசிக்கொண்டனர்?

வேங்கிப் போர்க் காரணமாக அன்று நடைபெற இருந்த கோழிச்சண்டை விளையாட்டை நிறுத்திவிடலாமா என்று மதுராந்தகர் மன்னரிடம் வினவினார்.

அதற்கு மன்னர் வேங்கிநாட்டுப் போரும் ஒருவகையில் கோழிச்சண்டை போன்றதுதான். இருந்தாலும் இவ்விளையாட்டு தான் நெடுநேரம் நீடிக்கும்.

அதோடு அது மக்களுக்கு உரிய பொழுது போக்கு விளையாட்டு என்பதால் அதனை நிறுத்த வேண்டாம். திட்டமிட்டபடியே நடைபெறட்டும் என்றார்.

2. எது அரசியல் கடமை என்றும் அதனை என்ன செய்ய வேண்டும் என்றும் சோழமன்னர் மதுராந்தகரிடம் கூறினார்?

மக்களின் பொழுதுபோக்கான விளையாடல்களைக் கவனிப்பதும் கூட ஓர் அரசியல் கடமைதான் என்றும் அதனையும் கோயிற் கல்வெட்டுக்களில் குறிப்பிடச் சொல்லுமாறு மதுராந்தகரிடம் மன்னர் கூறினார்.

3. போர் குறித்து குந்தவையிடம் மன்னர் என்ன கூறினார்?

• போர் என்பது குந்தவை பூப்பந்தை வைத்து விளையாடும் அம்மானை விளையாட்டு அல்ல என்றும்,

• இருவேறு அரசர்களும் வீரர்களும் தங்களின் உயிரைப் பணயமாக வைத்து மரணத்தின் தலைவாசலில் நின்று ஆடும் விளையாட்டு என்று மன்னர் குந்தவையிடம் கூறினார்.

4. இத்தகைய உயிரைப் பலி வாங்கும் போர் தேவைதானா என்று சோழப்பேரரசிடம் குந்தவை கேட்டதற்கு மன்னர் கூறிய பதில் யாது?

❖ இத்தகைய உயிரைப் பலி வாங்கும் போர் தேவைதானா என்று சோழப்பேரரசிடம் குந்தவை கேட்டதற்கு மன்னர்,

❖ அதைத்தான் உன்னதனமான விளையாட்டு என்று வேங்கி மன்னன் விமலாதித்தன் கருதுவதாகவும்,

❖ ஆனால் பயிற்சி பெற்ற தங்களின் சோழப்படை முன் அவனால் நிற்க முடியாதென்றும்,

❖ குந்தவையின் வீரத்தமையனாகிய இராஜராஜன் சிறுபடையை வைத்துக்கொண்டே, பெரும் படையையும் பொறிகலங்கச் செய்வான் என்றும் மன்னர் குந்தவையிடம் பதிலளித்தார்.

5. விமலாதித்தன், இராஜராஜனைப் போல் எதில் வல்லவன் என்று மதுராந்தகர் கூறினார்?

 முற்றுகை இட்டுத் தாக்குவதில் இராஜராஜன் வல்லவனாய்த் திகழ்வதைப் போல,

 தற்காப்பு யுத்தம் புரிவதிலும்,

 படைகளை வியூகம் வகுப்பதிலும் விமலாதித்தன் வல்லவன் என்று மதுராந்தகர் கூறினார்.

6. எதிரிகள் எதனை எதிர்ப்பார்;த்துக் கொண்டிருப்பதாக மதுராந்தகர் கூறினார்?

🕮 விமலாதித்தன் தன் படைகளை அணிவகுத்து தன் நாட்டில் முன்னணியில் நிறுத்தியுள்ளான்.

🕮 அதனை எதிர்த்து வேங்கிநாட்டில் நம்படைகளை பிரவேசிப்பது என்பது அத்தனை சுலபமானதன்று என்றும்,

🕮 இத்தகைய சூழலில், வேங்கிப்படையும், சோழர் படையும் எப்பொழுது அழியும் என்று கருதி, கங்கை மன்னர்கள் முதலான எதிரிகள் எதிர்ப்பார்த்துக் காத்திருப்பதாக மதுராந்தகர் குறிப்பிட்டார்.

7. விமலாதித்தன் போர்க்களத்தில் என்ன செய்வான் என்று இராஜராஜர் குந்தவையிடம் கூறினார்?

🕮 வியூகம் வகுப்பதிலும், வேல்வீச்சிலும் விமலாதித்தன் வல்லவன்.

🕮 வாள் வீச்சில் இராஜேந்திரன் தான் வல்லவன்.

🕮 எண்ணற்ற போர்களில் எதிரிகளை உயிரோடு பிடித்த வாட்பயிற்சி இராஜேந்திரனுக்கு உண்டு.

🕮 எனவே சுத்தவீரனாகிய விமலாதித்தன் தோல்வியைத் தன் தோள்களில் சுமக்க இயலாமல் போர்க்களத்திலேயே தன் உயிரை விடுவான் என்று இராஜராஜன் குந்தவையிடம் கூறினார்.

8. இளவரசி குந்தவையின் துடிப்பை அறிந்த இராஜராஜன் அவளிடம் என்ன கூறிவிட்டு போர்க்களம் சென்றான்?

குந்தவியின் மனது தனக்குத் தெரியுமாதலால், விமலாதித்தனை உயிரோடு பிடித்து வந்து, அவள் கையில் பொம்மையாக விளையாடத் தருவதாக உறுதியளித்துவிட்டு இராஜராஜன் போர்க்களம் சென்றான்.

காட்சி 21

1. துறவி தான் எதற்காக வேங்கிநாட்டிற்கு வந்ததாக விமலாதித்தனிடம் கூறினார்?

அமைதி நிலவிய வேங்கி நாட்டில், போர் ஏற்பட்டு அமர்க்களமாகி மக்கள் கொலை ஏற்படுவதை, தான் தடுக்க ஏதாவது வழி கிடைக்குமா என்று பார்த்துப் போக வந்ததாக துறவி விமலாதித்தனிடம் கூறினார்.

2. போரைக் குறித்து விமலாதித்தன் துறவியிடம் என்ன கூறினான்?

 உயிர் பலி வாங்கும் போர் தேவைதானா என்று தன்னிடம் கேட்ட துறவியிடம் விமலாதித்தன்,

 தான் ஒருநாளும் போரை விரும்பாதவன் என்றும்,

 சோழப் பேரரசின் பெரும் நிலப்படையைத் தன் வேங்கி மண்ணில் நிறுத்தப் போவதாக சோழமன்னர்; கூறியதாலும்,

 சோழப் பேரரசுக்குத் திறை செலுத்தி தலைவணங்க மறுத்ததால் சோழப்பேரரசர் போர் முரசு கொட்டியிருப்பதாலும்தான்,

 வேறு வழியின்றி தான் போர் புரிய நேரிட்டது என்று கூறினான்.

3. சோழர்களுக்கு என்ன ஏற்படப் போவதாக விமலாதித்தன் துறவியிடம் கூறினான்? எதனால்?

 வெற்றிமேல் வெற்றி பெற்றுவரும் இராஜேந்திரன் வேங்கிநாட்டின் படைகளை எளிதாக முறியடித்துவிடுவான் என்று துறவிகள் கூறியவுடன்,

 விமலாதித்தன் அவரிடம் மறுமொழியாக,

 அடிகளே! "இரட்டப்பாடி அரசன் எங்கள் வேங்கி நாட்டின் வழியாகச் சோழநாட்டின் மீது படையெடுத்துவர முற்படும் போது என் தற்காப்பிற்காக தேவைப்படும் எனக் கருதி மாபெரும் படை ஒன்றை நான் தயார் செய்து நிறுத்தியள்ளேன். எனவே என் படை தோற்றாலும் வெற்றி பெற்றாலும் நஷ்டக் கணக்கு சோழருக்குத்தான்" என்று விமலாதித்தன் மறுமொழியாகக் கூறினான்.

5. யாரால், வேங்கி எல்லையை எதனால் மிதிக்க முடியாது என்று விமலாதித்தன் துறவியிடம் கூறினான்?

 ❖ உன் படைபலம் அழிவது உன் மூத்த பரம்பரையினருக்கு நஷ்டம் என்றும்,

 ❖ இதனைக் கேள்வி பட்ட மறுகணம் இரட்டப்பாட்டி நாட்டு மன்னன் தன் இளைய பரம்பரையை அனுப்பி உன்னுடைய அரியணையைக் கைப்பற்றுவான் என்று துறவி விமலாதித்தனிடம் அறிவுறுத்தினார்.

 ❖ இதனைக் கேட்ட விமலாதித்தன் அவரிடம்,

 ❖ "வேங்கியே அழிய நேரிட்டாலும், சோழர்ப் புலிக்கொடியை வேங்கி மண்ணில் ஊன்ற நான் விடமாட்டேன் என்றும்,

 ❖ என் படையில் இருக்கும் கடைசி ஒருவீரனின் உயிர் இருக்கும் வரையில் எதிரிகள் யாரும் வேங்கி எல்லையை

மிதிக்க முடியாது" என்றும், துறவியிடம் விமலாதித்தன் பதில் அளித்தான்.

6. எதனால் விமலாதித்தனின் வீரத்திற்குக் களங்கம் ஏற்படும் என்று துறவி கூறினார்?

ஐயாயிரம் வீரர்களைக் கொண்ட இராஜேந்திரனின் படையை, ஐம்பதாயிரம் வீரர்களைக் கொண்ட விமலாதித்தனின் படை எதிர்த்து வெற்றி கொண்டால் விமலாதித்தனின் வீரத்திற்கு களங்கம் ஏற்படும் என்று துறவி கூறினார்.

7. இராஜேந்திரனுக்கு எதில் நம்பிக்கை இருப்பதாக துறவி விமலாதித்தனிடம் கூறினார்?

இராஜேந்திரன் மாவீரனாக இருப்பதால், தன் படை வலிமையை விட, அவனுக்குத் தன் வாள் வலிமையின் மீது தான் அதிக நம்பிக்கை இருப்பதாக விமலாதித்தனிடம் துறவி கூறினார்.

8. எது கங்கை மன்னர்களுக்குச் சாதகம் என்று துறவி கூறினார்?

விமலாதித்தன், இராஜேந்திரன் ஆகியோருக்கிடையே ஒற்றுமை ஏற்படாமல் இருவரின் படைபலமும் அழிய நேரிட்டால், அதுவே கங்கை மன்னர்களுக்குச் சாதகமாகி, அதன் மூலம் அவர்கள் தமிழகத்தின் மேல் படையெடுக்க வாய்ப்பு உள்ளது என்று துறவி கூறினார்.

9. உயிர் மற்றும் பொருள் சேதம் ஏற்படாமல் இருக்க விமலாதித்தன் துறவியிடம் என்ன உபாயம் கூறினான்?

உயிர் மற்றும் பொருள் சேதம் ஏற்படாமல் இருக்க, விமலாதித்தன் தன்னோடு சரிசமமான வீரம் மிக்க இராஜேந்திரனிடம் தனித்து வாட்போர் புரியப்போவதாகத் துறவியிடம் கூறினான்.

காட்சி 22

1. முத்துப்பல்லரும், மேதினியாரும் பூங்கோதையை எவ்வாறு வருணித்தனர்?

- பூமாலை கொண்டு செல்லும் பூங்கோதை, பாமாலை பாடும் பாவலன் தன்னைக் காணவேண்டும் என்று முத்துப்பல்லரும்,

- பன்மொழிப் பாவாய் தன் மின்னொளிக் கரங்களில் வைத்திருக்கும் மலர் தனக்கென்று மேதினியாரும்,

- அடிசிற்கினியாள் என்று முத்துப்;பல்லரும்,

- மதியை மயக்கும் மட அன்னம் என்று மேதினியாரும்,

- கருத்தறிந்து காதல் வழங்கும் காமதேனு என்று முத்துப்பல்லரும்,

- ஒருவருக்கொருவர், மாறி மாறி அவளை அழைத்தவண்ணம்- அவள் காதலை நாடினர்.

- ஆனால் அவளோ, ஒருவரையும் மதிக்காதிருந்தாள்.

1.	போர்க்களத்தில் இருந்த விமலாதித்தன் தன் ஆசைகளாக இராஜேந்திரனிடம் என்ன வேண்டினான்? அதற்கு அவன் கூறிய மறுமொழி யாது?

	வாட் சண்டையில் தன் வலக்கரத்தில் காயம் ஏற்பட்டதால் சோர்ந்த விமலாதித்தன் இராஜேந்திரனிடம் வெற்றிமகளை நீ உன் நாட்டிற்கு அழைத்துச் செல்வது உறுதியானமையால்,

	தோற்று சிறைபடும் அவமானத்தை தன்னால் சகிக்க முடியவில்லை என்றும், தன் உயிர் பிரியும் வரையில் போரிட அனுமதி தரவேண்டும் அல்லது இளவரசன் அவனுடைய வாளை உறையினுள் சொருகுவதற்குப் பதிலாகத் தன் உள்ளத்தில் சொருக வேண்டும் என்று வேண்டிக் கொண்டான்.

	அதற்கு ராஜேந்திரன் விமலாதித்தனை உயிரோடு பிடித்துவந்து தன் தங்கைக்குப் பரிசளிப்பதாக வாக்குறுதி அளித்திருப்பதாகவும், தான் தோற்றுவிட்டோம் என்று கருதிய விமலாதித்தன் தன் கத்தியை உடைத்தெறிவதற்குப் பதிலாக இளவரசாகிய தன் உள்ளத்தின் மீது பாய்ச்சும் படி மறுமொழியாக வேண்டிக் கூறினான்.

2.	மானமுள்ள வீரன் எதைச் செய்ய மாட்டான் என்று விமலாதித்தன் கூறினான்?

மானமுள்ள வீரன் தோல்வியைக் கண்ட பிறகு தன் உயிரைச் சுமக்க மாட்டான் என்று விமலாதித்தன் கூறினான்.

3. விமலாதித்தனின் கடமையாக இராஜேந்தின் எதைக் கூறினான்? அதற்கான விமலாதித்தனின் மறுமொழியாது?

•   விமலாதித்தன், ஒரு மாவீரன் தான், இருப்பினும் ஒரு அபலைப்பெண்ணின் உயிரையும், மற்றொரு வீரனாக விளங்கும் தன் வாக்குறுதியையும் காப்பாற்ற வேண்டும் என்பது அவன் கடமை என்று இளவரசன் கூறினான்.

•   இதனை செவிமடுத்த விமலாதித்தன் தன் வாளை வீசியெறிந்துவிட்டு, ஒரு பெண்ணின் உயிரைக்காப்பதற்காக அல்ல ஒரு மாவீரனின் வாக்குறுதியைக் காப்பாற்றுவதற்காக தான் சிறைபடுவதாக சம்மதித்தான்.

காட்சி 24

1. சிறைபிடிக்கப்பட்ட விமலாதித்தனை என்ன செய்ய வேண்டும் என்று பாலதேவர் கூறினார்?

   ❖   விமலாதித்தனை சிறை பிடித்ததோடு அவனது வேங்கிப்படை முழுவதையும் நிர்மூலமாக்க வேண்டும் என்றும்,

   ❖   புலிகள் பூனைகள் மீது பாய்ந்து தானாகவே அழிய வேண்டும் என்றும்,

❖   விமலாதித்தனை அவமானப் படுத்துவதன் மூலம் வேங்கிப் படைகள் தாமாகவே முன்வந்து தங்களோடு போர்தொடுக்க வேண்டும் என்றும் மன்னரிடம் பாலதேவர் கூறினார்.

2.   வேங்கிப்படையை சீர்குலைத்தல் என்ன நிகழும் என்று மதுராந்தகர் கூறினார்?

வேங்கிப் படையை சீர்குலைப்பதன் மூலம் தங்களுடைய தற்காப்பே கூட சீர்குலைத்துவிடும் என்று மதுராந்தகர் கூறினார்.

———————

காட்சி 25

1. வீரன் என்ன செய்வான் என்று விமலாதித்தன் மன்னரிடம் கூறினான்?

வீரன் சாவின் முனையில் கூட சாந்தமாக சிரிப்பான் என்று விமலாதித்தன் மன்னரிடம் கூறினான்.

2.   அடிமை என்று தன்னை அழைத்த சோழ மன்னரிடம் விமலாதித்தன் வீராவேசத்துடன் என்ன கூறினான்?

அடிமை என்ற பதம் அகம்பாவம் பிடித்த மன்னர்களால் உண்டாக்கப் பட்டதேயன்றி பிறப்பால் யாரும் அடிமை இல்லை என்றும்,

வேங்கிநாடு அடிமைப்பட்டு விட்டது என்று எண்ணி சோழமன்னர் மகிழவேண்டாம் என்றும்,

தாய்நாட்டின் சுதந்திரத்தைக் காக்க மற்றொரு விமலாதித்தன் தோன்றுவான் என்றும்,

அவன் தலைமையில் வீரர்கள் வீறுகொண்டு எழுவார்கள் என்றும்,

வீரர்கள் மடிய நேரிட்டால் பெண்கள் பொங்கி எழுவார்கள் என்றும்,

பெண்களும் அழிந்தால் குழந்தைகள் குமுறி எழும் என்றும்,

அவையும் அழிந்து வேங்கி மணலில் மனிதஜாதியே அழிந்துபோனாலும், அவ்வீர ரத்தத்தில் தோய்ந்த வேங்கி நாட்டு கல்லும் மண்ணுமே வீரம் கொண்டு எழுந்து போரிடும் என்றும் விமலாதித்தன் சோழமன்னரிடம் ஆவேசமாகக் கூறினான்.

3. கைதான விமலாதித்தனை என்ன செய்யவேண்டும் என்று பாலதேவர் மன்னருக்கு யோசனை கூறினார்?

தன்தேசமாகிய இரட்டப்பாடியில் இதுபோன்ற கைதிகளை தண்டிக்க புதிய யுத்தியைக் கையாள்வார்கள் என்றும்,

கங்கை மன்னர்கள் உபயோகிக்கும் நவீன தண்டனையாகிய புலிக்கூண்டு என்றும்,

அதில் விமலாதித்தனை அடைத்துவைத்து கோட்டை வாயிலில் வைத்துவிட்டால், வீதியில் செல்பவர்கள் அனைவரும் அவனைப் பரிகசித்து இகழ்வார்கள் என்றும்,

இளவரசி குந்தவியாரை நடன அரங்கில் விமலாதித்தன் சபையில் பரிகசித்ததற்கு இதுவே ஏற்ற தண்டனை என்றும் பாலதேவர் சோழமன்னரிடம் கூறினார்.

4.	பாலதேவர் விமலாதித்தனைப் பற்றி மன்னருக்கு கூறிய யோசனையைக் கேட்ட மதுராந்தகர் மற்றும் இராஜேந்திரன் ஆகியோர் சோழமன்னரிடம் என்ன கூறினர்?

விமலாதித்தனை புலிக் கூண்டில் அடைத்தல் என்ற யோசனை சோழ நாட்டில் இல்லாத வழக்கம் என்று மதுராந்தகர் சோழமன்னரிடம் கூறினார்.

இராஜேந்திரனும் தன் தந்தையிடம், வீரத்திற்காக வாள் ஏந்திப் போரிடுபவர்கள் சில நேரங்களில் விதிவழியே தோல்வியுறுவது உண்டு,

ஆனால் விமலாதித்தனைப் போன்ற ஒரு மாவீரனை புலிக்கூண்டில் நிறுத்துவது, ராஜதந்திரத்திற்கு ஏற்றதாய் இருக்கலாம், ஆனால் அதனால் விமலாதித்தனுக்கு எவ்வகையிலும் இழிவு நேரிடாது என்று கூறினான்.

குறிப்பு: காட்சி 26 இல் முக்கிய வினாக்கள் இல்லை.

1.   புலிக்கூண்டினுள் தன்னைக் கண்டு எள்ளி நகையாடிய தமிழ் மக்களை நோக்கி விமலாதித்தன் என்ன கூறினான்?

•   தரணியெல்லாம் ஆண்ட தமிழ் பெருமக்களாகிய நீங்கள் உங்கள் அறியாமையை விட்டு விடுங்கள்.

•   வாள்கள் இல்லை என்றாலும் வீரத்தோள் உண்டு என்றும் பூரிக்கும் தமிழர் நீங்கள்.

•   என்னைப் பரிகசிப்பதை நிறுத்தி, நம்மை நடுவே நின்று பிரிக்கும் அந்நியன் ஒருவனின் நயவஞ்சகத்திற்கு ஆளாகி அரைப்பைத்தியமாகாதீர்கள்.

•   நீங்கள் உங்கள் முன்னோரையும் நாட்டையும் பற்றி சிந்தியுங்கள்.

•   உங்களிடம் இன்னமும் தமிழுணர்ச்சி மாயந்துவிடவில்லையல்லவா? என்று கூறினான்.

2.   தமிழ்நாடு குறித்து விமலாதித்தன் என்ன கூறினான்?

•   சோழ மக்களே நீங்கள் பிறந்த தமிழ் நாடு பெரும்நாடு.

•   நீங்கள் பேசும் மொழி பழம் பெரும் மொழி.

•   நீங்கள் வாழும் நாகரிகம் பழம் பெரும் நாகரிகம்.

•   கற்பரசி கண்ணகி வாழ்ந்ததும்,

•   கங்கையின் புனிதமான காவிரி பாய்வதும்,

•   கன்னியாகுமரி நின்று நித்தம் தவம் புரிவதும் இங்குதான்,

• மனித ஜாதி, முதன் முதலில் தோன்றிய ஆதிநிலம் தமிழ்நாடுதான்.

• மக்களின் மானத்தை மறைக்க முதன் முதலில் பஞ்சாலும் பட்டாலும் ஆடை நெய்து காட்டியதும் இந்த தமிழ்நாடு தான் என்று சோழமக்களிடம் தமிழ் நாட்டின் பெருமைகளை விமலாதித்தன் எடுத்துக் கூறினான்.

3. தமிழ்ப் புலவர்கள், அவர்தம் மேற்கோள்கள் ஆகியவற்றை விளக்கி, அதன் மூலம் தமிழ் நாடு மற்றும் தமிழரின் உயர்வு ஆகியவற்றினை விமலாதித்தன் எவ்வாறு பெருமையாக எடுத்தியம்பினான்?

 "நாடா கொன்றோ, காடா கொன்றோ, எங்கு மக்கள் நல்லவர்களாக வாழ்கிறார்களோ, "அதுவே நன்னாடு" என்று கூறிய ஒளவைப் பிறந்தது தமிழ் நாட்டில் தான்.

 "வாழ்வாங்கு வாழ்பவன் வானுறையும் தெய்வத்துள் வைக்கப்படும்" என்று வள்ளுவன் பிறந்ததும் இந்த தமிழ்நாட்டில் தான்.

 "காதலிருவர் கருத்தொருமித்து ஆதரவு பட்டதே இன்பம்" என்று கண்டதும் தமிழ்நாடு.

 பெண்ணுக்குச் சரிநிகர் உரிமையும், "அன்பேசிவம்" என்ற அருஞ் சமயத்தையும்,

 "நாமார்க்கும் குடியல்லோம் நமனையும் அஞ்சோம்" என்ற அஞ்சாமையையும்,

  "யாதும் ஊரே. யாவரும் உறவினர்" என்ற பரந்த மனப்பான்மையையும்,

  "யான் பெற்ற இன்பம் பெருக இவ்வையகம்" மனிதத் தன்மையையும் உலகிற்குக் காட்டியவர் தமிழர்.

4. தமிழ்ப் பண்பு எத்தகையது என்றும் அதனை என்ன செய்ய வேண்டாம் என்றும் விமலாதித்தன் சோழமக்களிடம் கேட்டுக்கொண்டான்?

  நற்றமிழர் தவறான வழியில் செல்லமாட்டார்கள்,

  பிரிவு மனப்பான்மையில் சிக்கி சீரழிய மாட்டார்கள்

  அத்தகைய தமிழர்களைக் கொண்ட தமிழரின் தமிழ்ப்பண்பு கடல் பிரயாணத்தாலும், மதுரையில் மூண்ட தீயாலும் அழிக்க முடிப்பதாக இருந்தது.

  அது இன்று உங்களால் அழிய வேண்டாம் என்று விமலாதித்தன் சோழ மக்களைக் கேட்டுக்கொண்டான்.

5. விமலாதித்தனின் கூற்றைக் கேட்ட கூட்டத்தில் இருந்த ஒருவன் என்ன கூறினான்?

தமிழ் மொழிக்கு இழுக்கு என்றால் தாய் தடுத்தாலும் விடமாட்டோம் என்று விமலாதித்தனின் கூற்றைக் கேட்ட கூட்டத்தில் இருந்த ஒருவன் ஆவேசமாகக் கூறினான்.

6. விமலாதித்தன் சோழமன்னரிடம் சென்று எதைக் கூறும்படிக் கேட்டுக்கொண்டான்?

தனிமனிதனின் சுதந்திரத்தையும், பிற நாட்டவர் சுதந்திரத்தையும் மதிப்பவன் தான் தன் தேசத்தைக் காப்பாற்ற முடியும் என்றும்,

வீரம் என்பது மண்ணாசை அன்று, மனிதத் தன்மையை மதிப்பதுதான் வீரம் என்றும்,

உங்கள் தமிழ் நாகரிகத்தோடு கலந்து உறவாடி, மனித நாகரிகத்தை வளர்க்க முயலும் வேங்கிநாட்டை விரோதித்துக் கொள்ளவேண்டாம் என்றும்,

இரட்டப்பாடி சத்தியாசிரயனும், கங்கை மன்னர்களும் உங்கள் தமிழ்நாட்டை விழுங்க சமயம் பார்த்துக்கொண்டிருக்கும் இச்சமயத்தில்,

சோழநாட்டிற்கும் வேங்கிநாட்டிற்கும் ஒற்றுமையின்றி பகைமை இருப்பது, தமிழகத்திற்கு நல்லதல்ல என்றும்,

ஏகாதிபத்திய வெறியர்களும், சூழ்ச்சிக்காரர்களும் எப்பொழுதும் பிரித்தாளவே முயல்வார்கள் என்பதனையும் உங்கள் சோழச்சக்கரவர்திகளிடம் நான் கூறியதாகக் கூறுங்கள் என்று விமலாதித்தன் சோழமக்களிடம் கேட்டுக்கொண்டான்.

7. தன்னுடைய மனோரதம்(ஆசை) எப்பொழுது நிறைவேறும் என்று பாலதேவர் எண்ணினார்?

சோழநாட்டிற்கும், வேங்கிநாட்டிற்கும் உறவு உண்டாக்கி இருநாடுகளையும் பலப்படுத்த நினைக்கும் விமலாதித்தன்

ஒழிந்தால் தான் தன்னுடைய மனோரதம் நிறைவேறும் என்று பாலதேவர் எண்ணினார்.

8. எதனை உணர்த்துவதற்குத் தான் வந்ததாக விமலாதித்தன் குந்தவையிடம் கூறினான்?

அழியாத இடத்திற்கு குந்தவையின் ஆடலைக் காணவந்த தன் ஆவலையும் தன்னையும் குந்தவை அலட்சியம் செய்ததாகவும், அதோடு அவனோடு பேசாமல் மமதையால் இருந்ததாகவும், அதனால் பிறப்பது கலையும் அல்ல, காதலும் அல்ல என்பதை அவளுக்கு உணர்த்தவே தான் வந்ததாக விமலாதித்தன் குந்தவையிடம் கூறினான்.

9. தன்னுடைய இரத்த காயங்களைப் பற்றி விமலாதித்தன் குந்தவையிடம் என்ன கூறினான்?

❖ வீரனுக்கு வாள் என்னும் கன்னிகை உவந்தளித்த குங்கும முத்தங்கள் என்றும்,
❖ குந்தவையின் வீரத்தமையன் இராஜேந்திரன் தன்னுடைய வீரத்தை மெச்சி பகிர்ந்தளித்த பரிசுகள் என்றும் தன்னுடைய இரத்தகாயங்களைப் பற்றி விமலாதித்தன் குந்தவையிடம் கூறினான்.

10. தன்னை நன்றாக உறங்கினாயா என்று கேட்ட சோழமன்னருக்கு விமலாதித்தன் அளித்த பதில் யாது?

  மீண்டும் தன்னுடைய வீரவாளை ஏந்திப் போர்ப்புரிந்து இழந்த தன் நாட்டைப் பெறுவோம் என்ற சிந்தனையால் சதா விழித்துக் கொண்டிருக்கும் தனக்கும்,

  எங்கே வேங்கி நாட்டில் புரட்சி உண்டாகி, அந்நாடு கைநழுவிப் போய்விடுமோ என்ற சிந்தனையால் சதா விழித்துக் கொண்டிருக்கும் தனக்கு ஏது உறக்கம் என்று விமலாதித்தன் சோழமன்னரிடம் பதிலளிதான்.

———————————

காட்சி 28

1. குந்தவி தன் அன்னையைப் பற்றி சோழமன்னரிடம் வினவியதும் அதற்கான அவரது பதிலையும் எழுதுக.

• குந்தவி தன் தந்தையாகிய சோழமன்னரை பலவாறு புகழ்ந்தவண்ணம் வந்தாள்.

• அதற்கு அவர் தன்னால் அவளுக்கு என்ன காரியம் ஆகவேண்டும் என்று கேட்டார்.

• அதற்கு குந்தவி, மன்னராகிய உங்களைத் திருமணம் செய்து கொள்ள அம்மாவின் தந்தை தடைவிதித்திருந்தால் அம்மாவின் மனது மிகவும் வருந்தியிருக்கும் அல்லவா என்று கேட்டாள்.

• அதற்கு மன்னர் உன் தாய் நாடிழந்து சிறையில் வாழும் ஒருவனை மணம் புரிய ஆசைப்படவில்லை என்று பதிலளித்தார்.

• அதற்கு அவள் தாங்;கள் ஒருவேளை பிறநாட்டு மன்னர்களால் தோல்வியுற்று சிறைபடநேர்ந்திருந்தால், அன்னை நாம் ராஜ்ய பதவியைத் தானே விரும்பினோம் என்றா எண்ணியிருப்பார்கள்? என்று தயங்காமல் கேட்டாள்.

2. தன் தாயின் திருமணம் பற்றி துணிச்சலாக கேட்ட குந்தவியிக்கு சிரிப்பை பதிலாகத் தந்த சோழவேந்தரை தவறாக புரிந்துகொண்ட குந்தவி என்ன செய்தாள்? அதற்கு மன்னர் என்ன கட்டளையிட்டார்?

❖ தன் தாயின் திருமணம் பற்றி துணிச்சலாக கேட்ட குந்தவியிக்கு சிரிப்பை பதிலாகத் தந்த சோழவேந்தரை தவறாக புரிந்துகொண்ட குந்தவி,

❖ விமலாதித்தனை உடனே மன்னர் விடுதலை செய்யக் கூறியதாக கட்டளை இடும்படி திருவாய்க் கேள்வியிடம் கூறினாள்.

❖ இதனைக் கேட்டுக் கொண்டிருந்த மன்னர், திருவாய்க் கேள்வியிடம், எந்தக் காரணத்தைக் கொண்டும் விமலாதித்தனை விட்டுவிட மாட்டோம். அதற்கு பதிலாக அவன் இருக்கும் சிறைக்கு இரட்டைப் பூட்டுப் போடவேண்டும் என்று கட்டளை இட்டார்.

3. விமலாதித்தனை விடுதலை செய்வது எதற்கு சமம் என்று சோழமன்னர் குந்தவையிடம் கூறினார்?

 தமிழ்நாட்டிற்கு உரிமையான வடவேங்கடமும், திருக்காளத்தியும் கைநழுவிப் போய்விடக்கூடாது.

அதற்காக, அதன் எல்லைக்கு அப்பால் உள்ள வேங்கி நாட்டையும் சோழப்பேரரசோடு இணைத்துவிட வேண்டும்.

எனவே நமக்கு பகைவனாக இருக்கும் விமலாதித்தனை விடுதலை செய்வது என்பது, நம் தமிழ் நாட்டின் எல்லைகளைக் கைவிடுவதற்குச் சமமாகும் என்று சோழமன்னர் குந்தவையிடம் கூறினார்.

4.	விமலாதித்தனை விடுதலை செய்ய சோழமன்னர் குந்தவையிடம் என்ன நிபந்தனை விதித்தார்? அதற்கு குந்தவி என்ன பதில் அளித்தாள்?

விமலாதித்தனை விடுதலை செய்ய வேண்டுமாயின் அவன் நமக்கு திறைசெலுத்தும் சிற்றரசனாக வேண்டும்.

அவனுடைய வேங்கி நாட்டில் நம்முடைய நிலப்படையை நிறுத்த சம்மதிக்க வேண்டும் என்று சோழமன்னர் குந்தவையிடம் விமலாதித்தனை விடுதலை செய்ய நிர்பந்தித்தார்.

அதற்கு குந்தவி கீர்த்தி பராக்கிரமராகத் திகழும் சோழச் சக்கரவர்தியின் மகள் ஒருநாளும் ஓர் அடிமையை விரும்பமாட்டாள் என்று பதிலளித்தாள்.

5. பாலதேவர் இரட்டப்பாடி மன்னர் மகனை குந்தவி திருமணம் செய்து கொள்ளவேண்டும் என்று கூறியமைக்கு சோழமன்னர் அளித்த பதில் யாது?

தான் ஏற்கனவே விமலாதித்தனோடு மணசம்பந்தம் செய்து கொள்ளவே தயங்குவதாகவும்,

அவ்வாறு இருக்க தமிழர் குலத்திற்கே பரமவைரி என்று பகிரங்கமாக பட்டயம் தீட்டிக் கொள்ளும் மேலைச் சாளுக்கியச் சத்தியாசிரயனோடு எவ்வாறு மணசம்பந்தம் வைத்துக்கொள்ள இயலும் என்றும்,

விமலாதித்தனின் கீழை சாளுக்கிய வம்சமாவது ஏறக்குறைய தம் தமிழ் நாகரிகத்தைப் பின்பற்றுகின்றது என்றும்,

"ஒன்றே குலமும் ஒருவனே தேவனும்" என்ற சைவத்தைப் போல், "சகல ஜீவராசிகளும் சமம்" என்று கூறும் சமண மதத்தைப் பின்பற்றுபவன் விமலாதித்தன் என்றும்,

தம்முடைய சோழ அரசியலில் உள்ள ஊர்க் குடியாட்சி முறையைப் போலவே, அவனது வேங்கி நாட்டிலும் ஒருவித மகாசபை ஆட்சி முறை உள்ளதென்றும்,

ஆனால் சத்தியாசிரயன் போன்றோர் சர்வாதிகாரியின் மூலம் நாட்டை ஆளுபவர்கள் என்றும்,

மக்களிடையே ஏற்றத் தாழ்வுகளை உண்டாக்கும் கடுமையான ஜாதி ஆசாரங்களைப் பின்பற்றுபவர்கள் என்றும் சோழமன்னர் பாலதேவரிடம் கூறினார்.

6.	சோழ சாம்ராஜ்யத்திற்கு பல நன்மைகள் எதன்மூலம் கிடைக்கும் என்பதை பாலதேவர் எவ்வாறு நயமாக மன்னரிடம் எடுத்துக்கூறினார்?

சாம்ராஜ்யத்தின் அளவுப் பெருகப் பெருக பலவிதமான குடிகளும் பெருகும் என்றும்,

அதனால் பலவிதமான குறைகளும் ஏற்படும் என்றும்,

அதற்காகக் குடியாட்சி முறைக்குப் பதிலாக சர்வ சக்தி வாய்ந்த சர்வாதிகாரி தேவைப்படலாம் என்றும்,

சர்வாதிகார ஆட்சி நிலைத்திருக்க, மக்களைப் பிரித்தாளக்கூடிய ஜாதி ஆசாரங்களும் தேவைப்படும் என்றும்,

அதனால் மேலைச் சாளுக்கியரின் யுவராஜனுக்கு மன்னர் மகள் குந்தவியை மணம் புரிந்துகொடுப்பதன் மூலம் சோழ சாம்ராஜயங்களுக்கு பல நன்மைகள் கிடைக்கலாம் என்று பாலதேவர் குந்தவையின் மணம் குறித்து நயமாக சோழப்பேரரசிடம் கூறினார்.

7. அரசியல் குறித்து பாலதேவர் குந்தவையிடம் கூறியதையும் அதற்கான அவளது பதிலையும் எழுதுக.

அரசியல் என்பது அம்ச தூளிகா மஞ்சமல்ல இளவரசியாரே என்று பாலதேவர் கூற, அதற்கு அவள் அரசியல் என்பது சூதாட்டப் பலகையும் அல்ல என்று ஏளனமாக பதிலளித்துச் சென்றாள்.

———————

காட்சி 29

1. விமலாதித்தன் சிறையில் இருப்பது குறித்து வீரமாதேவிக்கும் இராஜேந்திரனுக்கும் நடந்த உரையாடலை எழுதுக.

இளவரசரின் அருமை நண்பராகிய விமலாதித்தன் சிறையில் அவதிப்படுவதாகவும்,

அன்புத் தங்கை அவனை எண்ணி எண்ணி தவிப்பதாகவும்

அதகுறித்து இளவரசருக்கு எவ்விதக் கவலை இல்லை என்றும் வீரமாதேவி கூறினாள்.

அதற்கு இளவரசன் அவளிடம்

சிறையில் விமலாதித்தனுக்கு எவ்வித தொந்தரவும் இன்றி ஆனந்தமாக இருப்பதாகவும், தன் தங்கை குந்தவையின் நேரடி மேற்பார்வையில் அறுசுவை உணவு அற்புதமாய்க் கிடைப்பதாகவும்,

விமலாதித்தன் தான் போரில் வென்ற காயங்களெல்லாம் ஆறியபிறகும் கூட இன்னமும், குந்தவை அவள் கரத்தாலேயே அவற்றிற்கு மருந்து போடுவதாகவும் இளவரசன் வீரமாதேவியிடம் கூறினான்.

2. இளவரசரின் தங்கையின் காதலுக்கு அவரே அனுசரணையா? என்று கேட்ட வீரமாதேவிக்கு இளவரசன் கூறிய பதில் யாது?

தன் வாக்குறுதியைக் காக்க தன் நண்பன் விமலாதித்தன் சிறைப்பட்டதால், அவனுக்குத் தன்தங்கை குந்தவியை விட சிறந்த பரிசு இந்த அவனியில் எதுவும் இல்லை என்று வீரமாதேவிக்கு இளவரசன் இராஜேந்திரன் பதிலளித்தான்.

காட்சி - 30

1. அரண்மனை சுரங்கப் பாதை குறித்து தன் அத்தை குந்தவ்வையாரிடம் குந்தவை என்ன வினவினாள்? அதற்கான அவரின் பதிலை எழுதுக.

 வடநாட்டில் அரண்மனை என்றால் அதில் ஏராளமான சுரங்கப்பாதைகள் இருப்பதாகவும், அது போன்று தம் கோவில் அரண்மனையில் இல்லாததால், தம் அரண்மனை அவளுக்குப் பிடிக்கவில்லை என்று தன் அத்தையிடம் கூறினாள் குந்தவை.

 அதற்கு அவர், அவர்கள் நாட்டிலும் அதைப் போன்றே ஏராளமான சுரங்கப்பாதைகள் இருந்ததாகவும், மன்னர் பெண்களுக்குச் சமவுரிமை அளிப்பதால் அவற்றை முடிவிட்டார் என்றும் கூறினார்.

 இருப்பினும், அரசியல் காரணமாக சிறைப்பட்டவர்களை நேரே சிறையிலிருந்து கோயிலுக்கு அழைத்துவர சுரங்கப்பாதைகள் உள்ளதை சுட்டிக்காட்டினார்.

2. குந்தவையின் நிலம் குறித்து மதுராந்தகர் அவளிடம் என்ன கூறினார்?

• நித்தவினோத வளநாட்டு ஆவூர் கூற்றத்தில் குந்தவை நாச்சியாருக்கு மாபெரும் வேலி நிலம் ஒன்று இருப்பதாகவும்,

• இந்தக் குடியானவர் அந்நிலத்தில் சாவகம் என்ற இடத்திலிருந்து புதிதாக வந்த பயிர் ஒன்றை விளைவிக்கப் போவதாகவும்,

* அந்நிலத்து விளைச்சலில் கிடைக்கும் வருவாயின் பெரும் பகுதியைப் பொளத்த சமய மருத்துவப் பணிக்கும், கல்வித் தொண்டுக்கும் கொடுக்க தான் விரும்புவதாகவும்,

* அது குந்தவை நாச்சியாரின் நிலமாகையால் அதற்கு அவரே குந்தகையை நிர்ணயித்துக் கொள்ளலாம் என்றும் சக்கரவர்த்திகள் கூறியதாக மண்வெட்டியாளுடன் வந்த மதுராந்தகர் குந்தவையிடம் கூறினார்.

3. குந்தவை நாச்சியாரின் நிலத்தின் மதிப்பு என்னவென்று மதுராந்தகர் கூறினார்?

குந்தவை நாச்சியாரின் நிலத்தின் மதிப்பு, இராஜராஜ காசுத் துளைப் பொன்னாக, இருபத்தாயிரம் பொருமதியாகும் என்று மதுராந்தகர் கூறினார்

4. தன்னுடைய நிலம் குறித்து குந்தவை நாச்சியார் மதுராந்தகரிடம் என்ன கூறினார்?

தனக்கு அந்த நிலம் எதுவும் வேண்டாம். அதனை அந்த மண்வெட்டியாளருக்கே சாசனம் செய்து கொடுக்கச் சொல்லுங்கள், ஆனால் அந்த மண்வெட்டியாளிடம் இருக்கும் மண்வெட்டியை மட்டும் தனக்குக் கொடுக்கக் கூறுங்கள் என்று குந்தவை மதுராந்தகரிடம் கூறினாள்.

----

1. காதல் குறித்து விமலாதித்தன் குந்தவையிடம் என்ன கூறினான்?

• உயிரை அள்ளும் ஓவியம் காதல்.

• உணர்ச்சியின் கோபுரம் காதல்.

• கவிஞர் கற்பனைக்கும், கவிதைக்கும் உரமளிப்பது காதல்.

• காதலின் பெருமையை கனிந்து பாட எழுந்தவைதான் பஞ்ச காவியங்கள்.

• அகத்தில் ஊறும் இக்காதலின் இலக்கணத்தைக் காட்ட வரையப்பட்டவைதான் அகத்திணை நூல்கள் என்று காதல் குறித்து விமலாதித்தன் குந்தவையிடம் கூறினான்.

2. காதலுக்காக யார் யார் காத்திருந்ததாகவும,; எவ்வகை காதல் கொள்ளைக் கொண்டது என்றும், மற்றும் காதலின் பெருமைகளைக் குறித்தும் விமலாதித்தன் என்ன கூறினான்?

• உஷையின் காதலும், உமையவளின் காதல் தியானமும் கொள்ளைக் கொள்ளாத கவிஞர் உள்ளம் கிடையாதென்றும்,

• முல்லை நிலத் தலைவனான கண்ணன் நப்பின்னையை நாடியதும்,

• பர்வதராஜன் குமாரியாகியான பார்வதி தேவி கைலாசநாதனை நாடிக் கடுந்தவம் இருந்ததும்,

• யமுனை நதி தீரத்தில் யசோதயின் செல்வனுக்காக ராதையும், இக்காதலுக்காகவே காத்திருந்ததாகவும்,

• கற்ற கலையாவும் கரைந்தோடக் கடைசியில் கச்சன் நெஞ்சில் எஞ்சி நின்றதும் இக்காதல் தான் என்றும்,

- பிட்சை எடுத்துண்ணும் துறவியான மணிமேகலையின் உள்ளத்தையும் துடிக்கச் செய்ததும் இக்காதல் தான் என்றும் கூறியபின்

- உள்ளத்தில் ஊறும் உண்மையான காதலுக்கு நிகராக இந்த பூமியில் எதுவும் இல்லை,

- இத்தகைய காதல், மண் நிலத்தைவிட விலாசமானது என்று விமலாதித்தன் குந்தவையிடம் கூறினான்.

2. விமலாதித்தன் மறறும் குந்தவையின் காதலை யார் யார் எதற்குப் பயன்படுத்துவதாக விமலாதித்தன் கூறினான்?

- ❖ சோழச்சக்கரவர்த்தி தன் இராஜதந்திரத்திற்காக தங்கள் காதலை பலியிட விரும்புவதாகவும்,
- ❖ சோழநாடும், வேங்கிநாடும் ஒன்றுபடுவதற்காக நம் திருமணம் அவசியம் என்று மதுராந்தகரும் விரும்புகின்றனர்.
- ❖ ஆனால் நாம் நமக்காகவே மணம் புரிய விரும்புவோம் என்றான் விமலாதித்தன்.

3. எதற்காக தஞ்சைப் பெரிய கோவிலை அடையலாம் என்று விமலாதித்தன் குந்தவையிடம் கூறினான்?

- எம்பிரான் பந்தமற்றவனாகத் திகழ்கின்றார்.

- அதனால் அந்த பெருவுடையான் சன்னதியிலேயே நம் மணத்தை பற்றி உறுதி செய்வோம்.

அங்கிருக்கும் பாராங்கல்லை உருட்டி அதில் தென்படும் சுரங்கப்பாதை வழியாக தஞ்சைப் பெருவுடையார் கோயிலை அடையலாம் என்று விமலாதித்தன் குந்தவையிடம் கூறினான்.

குறிப்பு: காட்சி 32ல் முக்கிய வினாக்கள் இல்லை

காட்சி - 33

1. சரித்திரத்தில் பெண்களின் நிலையைக் குறித்து குந்தவி என்ன கூறினாள்?

• பெண்களுக்கு சுதந்திரம் கொடுப்பதால் தீமை விளையும் என்று பாலதேவர் சரித்திரத்தைப் பற்றிக் கூறியதும், ஆத்திரமுற்ற குந்தவி,

• பண்புள்ள பெண்ணான பாஞ்சாலியை கேவலம் ஒரு பந்தயப் பொருளாக வைத்து சூதாடினார்கள் பாண்டவர்கள் என்றும்,

• துன்பத்திலும் தன்னை விட்டகலாத சீதையை, கர்ப்பவதி என்றும் கருதாமல், காட்டிற்கு விரட்டினான் ஸ்ரீராமசந்திரன் என்றும்,

• முன்யோசனை இன்றி முனிவர் ஒருவருக்குக் கொடுத்த வாக்கிற்காக, தாலிகட்டிய தர்மபத்தினி ஒருத்தியை ஊர்முன் விலைபேசினான் அரிச்சந்திர மகாராஜன் என்றும்,

• வாழ்விலும் தாழ்விலும் பிரியேன் என்று வந்த தமயந்தியை நள்ளிரவில் நடுக்காட்டில் தவிக்கவிட்டு நழுவினான் நளமன்னன் என்றும் கூறி.

- இவையே ஆண்குலம் எங்கள் பெண்குலத்திற்கு காலம் காலமாக இழைத்துவரும் அநீதிகள் என்று சான்றுகாட்டினாள்.

2. விமலாதித்தனைக் கயவன் என்றும் அவனோடு சேர்ந்து சொல்லாடுகிறாய் என்று கூறிய மன்னருக்கு குந்தவை கூறிய உவமை யாது?

- ❖ விமலாதித்தனைக் கயவன் என்றும் அவனோடு சேர்ந்து சொல்லாடுகிறாய் என்று கூறிய மன்னரிடம் குந்தவி,
- ❖ நதி கடலோடு கலக்கும் போது கடலின் இயல்பை அடைகின்றது என்றும்,
- ❖ மழைநீர் மண்ணில் சேர்ந்தால் அந்த மண்ணின் இயல்பையே அடைகின்றது என்றும் உவமை கூறினாள்.

3. சிறைபட்ட விமலாதித்தனையா ஒரு மாபெரும் மன்னர் மகள் விரும்புவது என்று கேட்ட சோழப்பேரரசிடம் குந்தவி என்ன கூறினார்?

 நம் முன்னோரான மாபெரும் சோழமன்னரான கரிகாற் சோழமன்னர் தம் மகளான ஆதிமந்தியை அவளுஞ்க்கிணையான கலைச்செல்வன் அத்தி என்பவனுக்குத்தானே மணம்புரிந்து தந்தார் என்றும்,

 சிறைப்பட்டவன் மீதா சிந்தை வைப்பது என்று கேட்ட தன் தந்தையிடம், சிறைப்பட்ட உதயணனைத்தானே வாசவதத்தை காதலித்து மணந்தார் என்றும் எடுத்துக் காட்டிக் கூறினாள்.

4. தன் கனவுகளை நிர்மூலமாக்கும் விமலாதித்தனை குந்தவி ஏன் விரும்புகிறாள் என்று அரசர் கேட்க, அதற்கு குந்தவி என்ன பதில் அளித்தாள்?

 தன் கனவுகளை நிர்மூலமாக்கும் விமலாதித்தனை குந்தவி ஏன் விரும்புகிறாள் என்று அரசர் கேட்க, அதற்கு குந்தவி,

 நதியில் வெள்ளம் பெருகுவதையும், கடல் நீர் பொங்குவதையும் ஏன் என்று கேட்க முடியாததைப்போலும்,

 வசந்தம் வர மலர்கள் மலர்வதையும், மழை பொழிய மண் குளிர்வதையும் ஏன் என்று கேட்க முடியாததைப்போலும்,

 சிறுவயது முதல் தாங்கள் இருவரும் சேர்ந்து விளையாடியதைக் கண்டு மனம் பூரித்த அரசர்,

 பருவமடைந்ததும் தன் முன்னிலையிலேயே பலமுறை விமலாதித்தனுக்கும் தனக்கும் தான் மணம்புரியப்போவதாக கூறி அவர்களுக்குள் அன்பை வளர்த்ததையும்,

 தற்சமயம் மனசாட்சியை மாற்றிக்கொண்டு இராஜதந்திரம் பேசுவதையும் சுட்டிக்காட்டினாள்.

5. பாலதேவர் குந்தவையின் திருமணம் பற்றி பேசியதும் அதற்கான குந்தவை தன் தந்தை சோழப் பேரரசிடம் கூறிய மறுமொழியும் பற்றி குறிப்பிடுக.

 குந்தவை தன் மனத்தை மாற்றிக்கொண்டு, இரட்டப்பாடி அரசகுமாரனை மணக்கவேண்டும் இன்றேல் மணம் புரியாமல் என்றும் நித்திய கன்னியாகவே வாழவேண்டும் என்றும் பாலதேவர் கூறினார்.

இதனைக் கேட்ட குந்தவி ஆத்திரமுற்று, ஏளனப் புன்னகையுடன் தன் தந்தை சோழச் சக்கரவர்த்திகளிடம்,

உதய குமாரனின் காதலை உதறித்தள்ளிவிட்டு திருமணம் புரியாமலேயே துறவியாக வாழ்ந்த மணிமேகலையைப் போல்,

தானும் இராஜ தர்மத்திற்காக தன் பாசத்தை மறப்பது அவசியம் என்று குந்தவை சோழப்பேரரசிடம் கூறினாள்.

---

6. விமலாதித்தனை மணக்க முடியாவிட்டால் தான் என்ன செய்யப் போவதாக குந்தவி கூறினாள்?

விமலாதித்தனை மணக்க முடியாவிட்டால் தான் மரிப்பதாகவும்,

பெண்ணுருவில் உள்ள காவிரி நதி தன் பெண் உள்ளத்தைப் புரிந்துகொண்டு, தன்னைத் அவள் மடியில் ஆழப்புதைத்து தன் அலைக்கரங்களால் தாலாட்டி, அழியா நித்திரை கொள்ளச் செய்வாள் என்று குந்தவி கூறினாள்.

காட்சி 34

1. இரவு பகலாக விமலாதித்தனை எண்ணி கண்ணீர் சிந்தும் குந்தவைக்கும் வீரமாதேவிக்கும் நடந்த உரையாடலை விவரி.

"இளவரசியாரே தாங்கள் இராஜகுலப் பெண். சக்கரவர்த்தியின் கடமையையும் கவனிக்க வேண்டாமா?: என்றாள் வீரமாதேவி.

அதற்கு குந்தவி கடமைக்கு ஓர் அர்த்தமும், கருணை என்ற இதயமும் வேண்டும் என்றாள்.

இராஜ்ஜியத்தின் பாதுகாப்பை உத்தேசித்துத்தான் சக்கரவர்த்திகள் கருணையற்றவராகவும் இரக்கமற்றவராகவும் இருக்க வேண்டியுள்ளது என்று வீரமாதேவி கூற,

"அப்படியானால் என் உயிரை எமனுக்கு தானம் செய்துவிடுகின்றேன்" என்று குந்தவை கூறினாள்.

அதோடு வீரமாதேவி அமைச்சர் மகளாக இருப்பதால் அவளுக்கு அரசியல் ஓர் இலட்சியமாகத் தெரிவதாகவும்,

அரசியலிலே பிறந்து அரசியலுக்காகவே வாழ்ந்த தனக்கு அரசியல் என்பது ஒரு சூதாட்டப் பலகையாகத் தெரிவதாகவும் கூறினாள்.

2. எதன் பொருட்டு குந்தவை விமலாதித்தனை மறக்கவேண்டும் என்று வீரமாதேவி கூறினாள்? அதற்கான குந்தவையின் பதில் யாது?

இராஜ காரியத்தை முன்னிட்டாவது குந்தவி விமலாதித்தனை மறக்க வேண்டும் என்று வீரமாதேவி கூறினாள். அதற்கு குந்தவை,

"என் வீரத்தமையன் இராஜேந்திரனை மறக்கும் இதயம் உனக்கு இருக்கலாம். ஆனால் என்னால் விமலாதித்தரை மறக்க முடியாது.

இப் பூ மண்டலமே நிலை கலங்கினாலும்,

நீரும் நெருப்பும் தன்னியல்பு குன்றினாலும்,

* வைகையும் காவிரியும் வற்றினாலும்,

* தன்னியல்பு மற்றும் மாறாது" என்று பதில் அளித்தாள்.

காட்சி - 35

1. குந்தவி தன் அத்தையிடம் சோழப்பேரரசிடம் தன்னைப் பற்றி என்ன பேச வேண்டும் என்று கேட்கிறாள்?

சிறையில் இருக்கும் விமலாதித்தனைப் பற்றி தன் சார்பாக, தன் அத்தை சோழப்பேரரசிடம் பேசவேண்டும் என்று குந்தவி தன் அத்தையிடம் கேட்டாள்.

2. தன் தமக்கையார் கூறித்தான் சோழச் சக்கரவர்த்திகள் அனைத்தையும் செய்கிறார் என்று மக்கள் கூறியதாக சோழச்சக்கரவர்த்தி தம் தமக்கையிடம் எவற்றையெல்லாம் கூறினாள்?

• தாயில்லாத சோழ மன்னர் தன் தாய்போல் தம் தமக்கையரை ஏற்றுக் கொண்டதால்,

• அவர் கூறியபடியே சோழநாட்டின் முடியை ஏற்றுக்கொண்டதாகவும்,

• சேர சோழ பாண்டிய மும்மண்டலத்திலும் அவர் கூறியபடியே புலிக்கொடியைப் பறக்கவிட்டு அதனால் மும்முடிச் சோழனானதாகவும்,

• இராஜாக்களையெல்லாம் வென்று இராஜாக்களுக்கெல்லாம் இராஜன் ஆகக் கூறியபடியே செய்ததாகவும்,

94

- அந்தப் பெயருக்கேற்ப தஞ்சையில் ஒரு பெரியகோவிலைக் கட்டச் சொல்ல அதற்கேற்ப கட்டியதாகவும்,

- கங்கையையும் கூடாரத்தையும் தாண்டி கடல் கடந்தும் தமிழர் நாகரிகத்தைப் பரப்பச் சொன்னதை தன் கணவாகக் கண்டதாகவும், இராஜராஜசோழன் தம் தமக்கையான குந்தவ்வையாரிடம் கூறினார்.

3. தம் தமக்கை குந்தவ்வை நாச்சியாரின் கருத்துப்படி விமலாதித்தனுக்கு தன் மகள் குந்தவையை மணம் முடித்தால் என்னென்ன நடக்கும் என்று சோழமன்னர் குறிப்பிட்டார்?

 சிறையில் இருக்கும் விமலாதித்தனுக்கு தம் தமக்கை குந்தவ்வை நாச்சியாரின் கருத்துப்படி, தன் மகளை மணம் புரிய நேரிட்டால்,

 இரட்டப்பாடி சத்தியாசிரயனும் அவனுக்குத் துணையாக வடவேந்தர்களும் நம் தமிழகத்தின் மீது படையெடுப்பார்கள் என்றும்,

 ஆனால் சத்தியாசிரயனின் மகளுக்கு குந்தவையை மணம் செய்வதன் மூலம், அவன் துணையுடன் நம் புலிக்கொடி கங்கையும் கடாரமும் தாண்டி அடிவானத்திற்கு அப்பாலும் திக்விஜயம் புறப்பட முடியும் என்றும் தன் சகோதரியிடம் சோழமன்னர் கூறினார்.

4. சத்தியாசிரிய மன்னிடமிருந்து தூதாக வந்தவன் கொண்டு வந்த செய்திகளாக சோழமன்னர் தம் தமக்கையரிடம் யாது கூறினார்?

❖ சத்தியாசிரயனின் மகனை குந்தவை மணம் புரியாவிட்டால்,

❖ சிறையிலிருக்கும் விமலாதித்தனுக்கு மரணம் என்றும்,

❖ சோழநாட்டின் மீது படையெடுப்பு என்றும,

❖ சத்தியாசிரிய மன்னிடமிருந்து தூதாக வந்தவன் கொண்டு வந்த செய்திகளாக சோழமன்னர் தம் தமக்கையரிடம் கூறினார்.

5. சத்தியாசிரிய மன்னிடமிருந்து தூதாக வந்தவன் கொண்டு வந்த செய்திகளாக சோழமன்னர் தம் தமக்கையரிடம் கூறிக்கொண்டிருந்ததைக் கேட்ட குந்தவி தன் அத்தையிடம் என்ன கூறினாள்?

 தென்ன பராக்கிரம கீர்த்தி பராக்கிரம நிகரிலி சோழ இராஜராஜ சக்கரவர்த்திகள் தூதனிடம்,

 தம் சிறையில் காவலில் வைக்கப்பட்டுள்ள நிராயுதபாணியான ஒருவனைக் கொன்றும்,

 தாம் பெற்ற பஞ்சினும் மெல்லிய பாவையைக் பகைவனின் பாசறைக்கு பஞ்சணைப் பதுமையாக அனுப்பியும்,

 பின்னர் இருகாதலர்களின் பிணங்கள் மீது ஏறி, கங்கையையும் கடாரத்தையும் தாண்டி சோழர்களின் புலிக்கொடியைத் தமிழர்களின் புது நாகரிகமாய் அடிவானத்திற்கு அப்பாலும் பறக்கவிடுவார்,

 பின்னர் சக்கரவர்த்திகள் இச்செய்தியை தம் மெய்க்கீர்த்திகளோடு, தம் கல்வெட்டுக்களிலும் பொறித்துக்கொள்வார் என்று ஏளனச் சிரிப்புடன,

⬥ சத்தியாசிரிய மன்னிடமிருந்து தூதாக வந்தவன் கொண்டு வந்த செய்திகளாக சோழமன்னர் தம் தமக்கையரிடம் கூறிக்கொண்டிருந்ததைக் கேட்ட குந்தவி தன் அத்தையிடம் கூறினாள்.

6. குந்தவை எதனால் சோழநாட்டினைப் பழிதீர்த்துக் கொள்வதாகக் கூறினாள்?

⬥ சிறையிலுள்ள விமலாதித்தனையே தன் கணவனாக கடவுள் சன்னதியில் வரித்துக்கொண்டதால்,

⬥ நிராயுதபாணியான அவர் உடலில் ஒரு துளி இரத்தம் சிந்தினாலும்,

⬥ தான் சோழநாட்டையே பழிதீர்த்துக் கொள்ளப்போவதாக குந்தவை கூறினாள்.

7. எதனால் இராஜேந்திரனின் உடைவாளைக் குந்தவி கேட்டாள்?

⬥ பின்னர் சாக இருக்கும் விமலாதித்தனை சக்கரவர்த்திகள் முன்னதாகவே தம் கையால் முடித்துவிட்டால்,

⬥ அதன்பிறகு தமிழகத்தின் வட எல்லைகளையும், சோழ சாம்ராஜ்யத்தையும் காப்பாற்ற தன் தமையனின் உடைவாள் தேவைப்படாதென்றும்,

⬥ துஷ்டை என்று கருதப்படும் தன் உயிரைக் கொல்லவாவது அது பயன்படட்டும் என்பதால் இராஜேந்திரனின் உடைவாளைக் குந்தவி கேட்டாள்.

8. சோழப் பேரரரிடம் யார் எதைக் காட்டவேண்டும் என்று மன்னர் குந்தவையிடம் கூறினார்?

சோழப் பேரரசரிடம் மரியாதை சம்பிரதாயங்களைச் சாதாரண பிரஜைகள் மட்டும் அன்றி இளவரசியும் கட்டாயம் காட்டவேண்டும் என்று மன்னர் குந்தவையிடம் கூறினார்.

9. எதனை சம்பிரதாயம் என்று குந்தவி மன்னரிடம் எடுத்துரைத்தாள்?

 சக்கரவர்திகளே ஆயினும்; அனுமதி பெற்றதன் பிறகே பெண்டுகளின் வேளத்திற்குள்(அந்தப்புரத்திற்குள்) நுழைவது சம்பிரதாயம் என்று கூறி,

 அவ்விடத்தில் இராஜதந்திரி பாலதேவர் தங்களின் உத்தரவின்றி பிரவேசித்தது தண்டனைக்குரிய ஒன்று என்றாள்.

10. குந்தவி எதனை தான் பலிகொடுக்கமாட்டேன் என்று தன் தமையனிடம் கூறினாள்?

தமிழ்நாட்டின் மானம் காக்க தன் உயிரைத் தியாகம் செய்வாளே அன்றி,

தன் மானத்தையும், காதலனையும் பலிகொடுக்கமாட்டாள் இந்த குந்தவை என்று தன் தமையனிடம் கூறினாள்.

11. குந்தவி இராஜராஜரின் பாதங்களில் எதை வைத்துவிட்டு பின்னர் தன் தமையனிடம் அதுகுறித்து என்ன கூறினாள்?

　　　உடைவாள், சிறுமுடி முதலியவை இளவரசிக்குரிய சின்னங்கள் என்றும்,

　　　காதலனின் இரத்தத் துளிகளிலே நடந்து, மாற்றானுக்கு மனைவியாகி மனசாட்சியை மாளடித்துக்கொள்ளும் அந்த இளவரசிக்குரிய சின்னங்கள் இனி தனக்கு வேண்டாம் என்றும்,

　　　இராஜதந்திரத்திற்காகச் சக்கரவர்த்திகள் வரும்காலத்தில் பல மணங்கள் புரிந்துகொண்டு அதன் மூலம் அவருக்குப் பிறக்கும் ஏதாவது ஒரு துர்பாக்கியவதிக்கு அவற்றைக் கொடுக்கச் சொல்லுங்கள் என்று கூறிவிட்டு,

　　　குந்தவி இராஜராஜரின் பாதங்களில் இளவரசியின் சின்னங்களை வைத்துவிட்டு தன் தமையனிடம் அதுகுறித்து மேற்கூறியவாறு கூறினாள்.

12.　　தான் எவ்வாறு வாழப்போவதாக குந்தவை சோழமன்னரிடம் கூறினாள்?

•　　　சோழ சாம்ராஜ்யத்தில் நொண்டி முடவர்கள் கூட சுகமாக வாழமுடிகின்றது என்றும்,

•　　　உழைத்துப் பிழைக்க தனக்கு கைகள் உள்ளன என்றும்,

•　　　அதற்குத் தேவையான உள்ளமும் தன்னிடம் உள்ளது என்றும்,

•　　　அதனால் பல ஏழைக் குடியானவப் பெண்களுடன் இணைந்து தானும் வயல் வரப்புகளில் இறங்கி வேலை செய்யப் போவதாகவும்,

•　　　ஆனந்தமாகத் தெம்மாங்கு பாடப்போவதாகவும்,

• தவறி எங்காவது குப்பைமேட்டில் விழுந்து சாக நேரிட்டால் அத்தகைய சாவு கூட தனக்கு சுவர்க்கமாக இருக்குமேயன்றி, நரகமாய் இருக்காது என்று கூறினாள்.

13. நாடாளும் சக்கரவர்த்திகளின் மகள் நாடோடி போல் இறக்க நேரிட்டால் அதனால் மன்னருக்குத்தான் இழிவு என்று கூறிய மன்னருக்கு குந்தவையின் பதில் யாது?

 நாடாளும் சக்கரவர்த்திகளின் மகள் நாடோடி போல் இறக்க நேரிட்டால் அதனால் மன்னருக்குத்தான் இழிவு என்று கூறிய மன்னரிடம் குந்தவை மறைமுகமாக,

 பெற்ற மகளால் சக்கரவர்த்திகளுக்கு எந்தப் பேரிழிவும் வர தான் விடமாட்டாள் என்றும்,

 அரண்மனையில் உள்ள எண்ணற்ற வைத்தியர்கள் உதவியுடன் இளவரசி மாரடைப்பால் இறந்துவிட்டாள் என்று அறிவிக்கும்படியும்,

 அதோடு யுத்தகளத்தில் இறந்துகிடக்கும் ஏதேனும் ஒரு அனாதைப் பிணத்தைக் காட்டி அவள் தான் இளவரசி என்று அறிவித்துவிட்டு, அதற்கு மிக ஆடம்பரமாகவும், அரசமரியாதையுடனும் தகனக்கிரியை செய்யக் கூறினாள் குந்தவை.

14. நாட்டைவிட்டுப் பிரியத் துணிந்த குந்தவை தன் அத்தையிடம் என்ன கூறினாள்?

 தன் அத்தையின் பெயரை தனக்குச் சூட்டிய பெருமையால் பலமுறை அவரிடம் துடுக்காகப் பேசிய குற்றங்களுக்காகவும்

குணங்களுக்காகவும் தன்னை மன்னிக்கும்படி மன்னிப்புக் கோரியும்,

 அத்தையின் பிரியத்தை தான் ஒருநாளும் மறக்கமாட்டேன் என்றும்,

 அடுத்து, அத்தையின் கணவர் வீட்டுச் சொத்தான குங்குமச் சிமிழை அவர் அறையில் இருந்து எடுத்துவந்து அதனை அவர் கையில் கொடுத்து என்றும் தான் தீர்க்க சுமங்கலியாக வாழவேண்டும் என்று தன்னை ஆசிர்வதிக்க வேண்டியும்,

 அக்குங்குமச் சிமிழை மட்டும் தன் அத்தையின் அனுமதியடன் தன்னுடன் எடுத்துச்செல்வதாக வேண்டினாள்.

15. நாட்டைவிட்டுப் பிரியத் துணிந்த குந்தவை தன் தமையனிடம் எதனை வேண்டினாள்?

 நாட்டைவிட்டுப் பிரியத் துணிந்த குந்தவை தன் தமையனிடம்,

 தான் சாமானியமான பொருளைக் கேட்கமாட்டேன் என்றும்,

 தன் தமையனின் உயிரையும் விட மேலான உயர்ந்த பொருளான அவர் உடைவாளைத் தரும்படி வேண்டினாள்.

16. இராஜேந்திரனின் வாளின் பெருமைகளாகவும் எதனால் தான் அதனை விரும்புவதாகவும் குந்தவை தன் தமையனிடம் கூறினாள்?

 அந்தவாளைக் கொண்டுதான் தன் தமையன் சேர பாண்டியர்களை வென்று தம் சோழநாட்டினை ஒரே தமிழ்நாடாக மாற்றினார் என்றும்,

	அந்த வாள் தான் அருண்மொழித்தேவரை இராஜராஜசோழ சக்கரவர்த்திகள் ஆக்கியது என்றும்,

	அத்தகைய ஒப்பற்ற வாள் தன் உயிரை மாய்த்துக்கொள்வதற்காக அல்ல என்றும்,

	தன் காதலனாகிய விமலாதித்தனை சிறைமீட்க அல்ல என்றும்,

	எவரும் வெல்ல முடியாத தன் காதலனை வென்ற வாள் அது என்பதாலும்,

	ஒருவனுக்கு ஒருத்தி என்று காதலித்து வாழ்தல் என்ற தமிழர் பண்பாட்டைத் தாயகத்தில் ஆழப்புதைத்துவிட்டு சோழர் புலிக்கொடி எந்தப் புதுநாகரிகத்தை பிற நாடுகளில் பரப்பப் போகிறதோ அதற்கு அந்த உடைவாள் பயன்படக் கூடாது என்பதற்காகவும்,

	காதலும் வீரமும் தான் தமிழ் நாகரிகத்தின் இரட்டை நாடிகள் என்றும்,

	காதல் இல்லாத இடத்தில் அவ்வாள் இருக்கக் கூடாது என்பதற்காகத் தான் அதனை வேண்டிப் பெற்றுக் கொண்டதாகவும் குந்தவை தன் தமையனிடம் கூறினாள்.

17.	குந்தவை தான் வயல் வரப்புகளில் இறங்கி பணிசெய்யப்போவது குறித்து கூறியவுடன் பதிலுக்கு சோழமன்னர் என்ன கூறினார்?

	❖	குந்தவை தான் வயல் வரப்புகளில் இறங்கி ஒரு குடியானவப் பெண்ணைப் போல் பணிசெய்யப்போவது குறித்து கூறியவுடன் பதிலுக்கு சோழமன்னர்,

* இராஜராஜசோழச் சக்கரவர்திகள் முடிதுறந்து தானும் வயல் வரப்புகளில் வேலை செய்து, ஒரு குடியானவனைப் போல் ஆனந்தமாக வாழமுடியும் என்றும்,

* அது சோழக்குல சக்கரவர்த்திகளுக்குப் புதிதும் அல்ல என்றும்,

* ஆயிரம் ஆண்டுகளுக்கு முன் ஆட்சி செய்த ஆதி கரிகாற்சோழனும் உழவானாய் இருந்தே அரசனானார் என்றும்,

* தான் அரசனாய் இருந்து உழவனாகப் போவதாகவும்,

* தான் அருண்மொழித்தேவாயிருந்தபோது, அரசபதவியைப் பெரிதாக மதித்திருந்தால் உத்தமச் சோழர் சோழமன்னராக முடிசூடியிருக்க முடியாது என்றும் கூறினார்.

18. மன்னர் மற்றும் குந்தவை ஆகிய இருவருக்கும் இடையே நடைபெற்ற வாக்குவாதங்களை கவனித்துக் கொண்டிருந்த இளவரசன் இராஜேந்திரன் தன் அத்தையிடம,; தன் தந்தையிடம் கேட்கச் சொல்லி எதைக் கூறினான்?

இராஜேந்திரன் சோழநாட்டின் குடியுரிமையை இழப்பதா… அன்றி தன் விலைமதிப்பற்ற இரத்தினமாய் திகழும் தன் தந்தையை இழப்பதா இவற்றில் எதை இழப்பது என்று இராஜேந்திரன் தன் அத்தையிடம், தன் தந்தையிடம் கேட்கச் சொல்லி கூறினான்.

19. தான் வீர அரசகுமாரியாக இருந்தால் குந்தவை என்ன செய்திருப்பாள் என்று மன்னர் கூறினார்?

* குந்தவையின் உடலில் ஓடுவது இராஜராஜனின் இரத்தம் அல்ல என்றும்,

 அவ்வாறு இருந்திருந்தால், அவள் தன் புத்திசாலித் தனத்தால் உரிமைக்காக அரண்மனையில் இருந்துகொண்டே போராடியிருப்பாளே அன்றி,

 கோழையைப் போல் உரிமையை மறந்து வயல் வரப்பகளக்கு ஓடமாட்டாள் என்று மன்னர் கூறினார்.

20. குந்தவையின் மணசம்பந்தம் அல்லது போராட்டம் என்று தூது அனுப்பியிருக்கும் இரட்டப்பாடி மன்னருக்கான, சோழச் சக்கரவர்த்திகளின் பதில் யாது என்று இராஜேந்திரன் வினவினான்?

•	குந்தவி பரிசுப்பொருளல்ல என்றும்,

•	நிபந்தனை விதித்து வரும் எந்த அயல்நாட்டு உடன்படிக்கைக்கும் இராஜராஜன் தலை வணங்கான் என்றும்,

•	குந்தவையின் மணசம்பந்தம் அல்லது போராட்டம் என்று தூது அனுப்பியிருக்கும் இரட்டப்பாடி மன்னருக்கான, சோழச் சக்கரவர்த்திகளின் பதில் இதுவே என்று மன்னர் இராஜேந்திரனிடம் பதிலளித்தார்.

21. சிறையில் இருக்கும் நிராயுதபாணியான விமலாதித்தனை கொன்றழிக்கும் விஷயமாக குந்தவை கேட்ட கேள்விக்கான மன்னரின் பதில் யாது?

அரசியல் காரணமாக சிறைப் பட்டவனைச் சிறைக்குள்ளேயே கொன்றழிப்பவன், தமிழ்நாட்டுக்குத் தலைமை வகிக்கத் தகுதியற்றவன் என்று, சிறையில் இருக்கும் நிராயுதபாணியான

விமலாதித்தனை கொன்றழிக்கும் விஷயமாக குந்தவை கேட்ட கேள்விக்கு மன்னர் பதில் அளித்தார்.

காட்சி - 36

1. சக்கரவர்த்திகளின் மனதை கண்ணீரால் கரைத்துவிட முடியுமா என்று கேட்ட பாலதேவருக்கு குந்தவி உரைத்த பதில் யாது?

குந்தவி அழுகையை ஆயுதமாகப் பயன்படுத்தாமல், அறிவைப் பயன்படுத்தி, உம்மைப்போல் ஆயிரம் ராஜதந்திரிகளையும் எளிதாக வெற்றிபெறுவாள் இந்தக் குந்தவை என்று சக்கரவர்த்திகளின் மனதை கண்ணீரால் கரைத்துவிட முடியுமா என்று கேட்ட பாலதேவருக்கு குந்தவை பதிலளித்தாள்.

____

காட்சி - 37

1. இராஜேந்திரனின் பிறந்தநாளை ஒட்டி அறிவிக்கப் பட்ட முரசு செய்தி யாது?

• தென்னக பராக்கிரம ஜெயங்கொண்ட சோழ உடையார் இராஜராஜர் அவர்களின் பிறந்த நாளான ஐப்பசி திங்கள் திருச்சதயத் திருவிழாவை முன்னிட்டு சிறையில் உள்ள அரசியல் குற்றவாளிகள் விடுதலை செய்யப்படுவார்கள் என்றும்,

• அன்றைய தினம் பாவலரும், பாணரும், வாணரும் அரசர் தம் புகழ்பாடி வேண்டும் பரிசில்களைப் பெற்றுச்செல்லலாம் என்று முரசுகொட்டி அறிவித்தனர்.

காட்சி 38

1. சரியான அரசியல் தந்திரம் என்று மதுராந்தகர் எதனைக் குறிப்பிட்டார்?

 இரட்டப்பாடி சத்தியாசிரயனும், கங்கை மன்னர்களும் சோழப்பேரரசை விழுங்க படையெடுத்துவர தருணம் பார்த்து காத்திருப்பதாகவும்,

 வேங்கிநாட்டில் விமலாதித்தனை மன்னனாக்கும்படி மக்கள் புரட்சி செய்வதாகவும்,

 வட எல்லையில் மூண்டெழும் புரட்சித் தீ வைக்கோற்போரில் பற்றிய நெருப்பைப்போல் சோழநாட்டை நோக்கி வருவதாகவும்,

 இவற்றையெல்லாம் தவிர்க்க விமலாதித்தனுக்கும் குந்தவை நாச்சியாருக்கும் திருமணம் முடித்து வைத்து, வேங்கிநாட்டை அவர்களின் நேசநாடாக்கிக் கொள்வதுதான் சரியான அரசியல் தந்திரம் என்று மதுராந்தகர் கூறினார்.

காட்சி - 39

1. சோழவேந்தரின் பிறந்ததினத்தை முன்னிட்டு ஓலோக்க மண்டபம் எவ்வாறு காட்சியளித்தது?

 அரசவை முழுவதும் வெள்ளணி விழாவிற்காக நன்கு அலங்கரிக்கப்பட்டிருந்தது.

106

	உடன்கூட்டத்து அதிகாரிகள், குறுநில மன்னர்கள் யாவரும் அங்கு குழுமியிருந்தனர்.

	இராஜராஜன் அரியணையில் செங்கோல் ஏந்தியவண்ணம் அமர்ந்திருந்தான்.

	பாலதேவர், இராஜேந்திரன், மதுராந்தகரும் அங்கு இருந்தனர்.

	"இராஜராஜ சோழர்வாழ்க! தமிழ் வாழ்க!" என்ற வாழத்தொலிகள் எங்கும் ஒலித்தன.

2.	யார் உயர்ந்தவர் என்று விமலாதித்தன் எதற்காக மன்னரிடம் கூறினான்?

•	பாராள வேண்டிய விமலாதித்தன் ஏன் பாடிப்பிழைக்கும் கவிஞனாகிவிட்டான் என்று மன்னர் கேட்க, அதற்கு விமலாதித்தன்,

•	பாராளும் மன்னர்களையும் தம் பாடல்களினால் வாழவைப்பவன் கவிஞன் என்றும்,

•	நிகழ்காலத்தை ஆளும் நெடுநில மன்னர்களைவிட, எதிர்காலத்தின் எண்ணங்களையும் ஆளும் கவிஞனே உயர்ந்தவன் என்று பதில் அளித்தான்.

3.	மன்னர் விமலாதித்தனின் கவிதையை எவ்வாறு பாராட்டினார்? அதற்கு விமலாதித்தன் கேட்ட பரிசும் அதற்கான மன்னரின் மறுமொழியும் யாது?

	விமலாதித்தனின் கவிதையை மன்னர் ஒப்புயர்வற்ற உயிர் ததும்பும் கவிதை என்று மன்னர் பாராட்டினார். அதோடு அதற்கு

உயரிய பரிசாக விமலாதித்தன் எதை வேண்டுகிறான் என்று கேட்டார்.

 அதற்கு விமலாதித்தன் மன்னர் மகள் குந்தவையைப் பரிசாகக் கேட்டான்.

 ஆனால் மன்னர் அரசியல் காரணங்களுக்காக விமலாதித்தனுக்கு அப்பரிசை நல்க இயலாது என்று கூறிவிட்டார்.

4. விமலாதித்தன் கேட்ட பரிசு குறித்து இளவரசனும், மதுராந்தகரும் என்ன கூறினர்?

 ❖ சக்கரவர்த்திகளின் புகழ் பாடிவரும் பரிசிலருக்கும், பாவலருக்கும் அவர்கள் விரும்பும் பரிசைக் கொடுப்பதுதான் அவர்கள் குலத்தில் வாழையடி வாழையாக வந்த வழக்கம் என்று இளவரசனும்,
 ❖ அதுவே தமிழர்க் குலப் பண்பு என்ற மதுராந்தகரும் மொழிந்தனர்.

5. விமலாதித்தன் விநோதமான பரிசைக் கேட்கிறான் என்று மன்னர் கூறியதற்கான விமலாதித்தனின் பதில் யாது?

 தான் கேட்ட பரிசில் விநோதம் ஒன்றும் இல்லை என்றும்,

 பட்டினப் பாலைப் பாடிய பாவலருக்குப் பதினாயிரம் பொன் பரிசளித்தான் கரிகாலன் என்றும்,

 மாரி ஓயினும் பாரி உள்ளான் என்று தமிழகத்தை மகிழவைத்தவன் பாரி என்றும்,

- பல்காதமுள்ள முத்தியைக் கௌதமருக்குப் பரிசளித்தான் பல்யானை சேர்கெழுக்குட்டுவன் என்றும்,

- கபிலர் என்ற புலவருக்கு நன்றாமலையில் ஏறிநின்று கண்ணிற்கு எட்டிய நாடெல்லாம் கொடுத்தான் செல்வக்கடுங்கோவாழியாதன் என்றும்,

- பெரும் பரிசில் பெறவந்த அரிசில் கிழாருக்குத் தன் அரியணையையே அன்புடன் அளித்தான் பெருஞ்சேரல் இரும்பொறை,

- தான் போரில் வென்ற பொறையனையும் பொய்கையார் பாடிய களவளி நாற்பதிற்காகச் சிறைவிட்டான் சோழன் செங்கணான் என்றும்,

- ஒளவைக்கு ஆயிரம் ஆண்டு ஜீவித்திருக்கும்(உயிர்வாழும்) கிடைத்தற்கரிய நெல்லிக்கனியைக் கொடுத்தான் அதியன் என்றும்,

- மனைவியின் மாங்கல்யம் தவிர மற்றதெல்லாம் கொடையீந்தான் ஆய் அண்டிரையன் என்றும்,

- ஆளும் தன் நாடு அனைத்தையும் பரிசிலருக்குப் பகிர்ந்தளித்தான் ஆதன் என்னும் ஓரி என்றும்,

- பாவலர் யார் வரினும், பாத்திரமறியாமலேயே பரிசு பயந்தான் காரி என்றும்,

- முல்லைக்குத் தேரும், முது பரிசிலருக்கு முந்நூறு ஊரும் கொடுத்தான் பாரி என்றும்,

- பெருஞ்சித்திரனாருக்கு யானையையும், பெருந்தலை சாத்தனாருக்குத் தன் தலையையும் தந்தான் குமணன் என்றும்,

 தாகம் எடுத்துத் தவித்த ஒருவனுக்கு தன் இரத்தயத்தையே குடிக்கக் கொடுத்தான் ஒரு தமிழ்வேந்தன் என்றும்,

 இத்தகை மன்னர்களின் வம்சத்தில் வந்தவர் இராஜராஜன் என்றும்,

 இத்தகையோர் வாழ்ந்த தமிழ்நாட்டில் பிறந்தவர் அவர் என்றும் விமலாதித்தன் எடுத்தியம்பினான்.

6. விமலாதித்தன் மன்னர்களைப் பற்றிக் கூறிக்கொண்டிருந்ததைக் கேட்ட சோழ வேந்தன் அளித்த பதிலும் அதற்கான இளவரசரின் வினாவும் அதற்கான மன்னரின் மறுமொழியும் யாது?

 விமலாதித்தன் மன்னர்களின் புகழைக் கூறக்கேட்ட இராஜராஜன் பகைவனாக விளங்கும் அவனுக்காக தன் மகளையே பரிசாகத் தந்ததாக அறிவித்தான்.

 அதைக் கேட்டுக்கொண்டிருந்த இளவரசன் மந்திராலோசனை சபையில் அரசர் மனம் மாறிவிடமாட்டாரா என்று வினவினான்.

 அதற்கு மன்னர் வானம் பொய்த்தாலும், மன்னவன் வாக்குப் பொய்ப்பதில்லை என்றும்,

 கரிகாற்சோழனும், காகந்தனும் பிடித்த செங்கோலையே தானும் பிடித்திருப்பதாகவும்,

 அதோடு இராஜதந்திரத்திற்காக இராஜ தர்மத்தைக் கைவிட முடியாது என்றும்,

 தமிழ்நாட்டுச் சரித்திரத்தில் வழிவழிவந்த வழக்கம் அதுவென்றும்,

  புலவருக்குக் கொடுப்பதற்காகவே புரவலரின் கைகள் உள்ளன என்றும் கூறினார்.

7. விமலாதித்தனுக்கு மன்னர் அளித்த பரிசு குறித்து பாலதேவர் கூறியவை யாவை?

 மன்னர் விமலாதித்தனுக்கு வழங்கிய பரிசு குறித்து இரட்டப்பாடி சத்தியாசிரயன் கேள்வியுற்றால், சோழநாட்டின் மீது கங்கை மன்னர்களின் துணைபலத்தோடு படையெடுத்துவருவான் என்றும்,

 அவர்கள் தமிழ்நாட்டின் மீது பாய்வார்கள் என்றும்,

 தாயகம் மிதிபடும் என்றும்,

 அதன்மூலம் இலங்கை, கடாரம், சாவகம் போன்ற கடல்கடந்த நாடுகளில் தமிழ் வணிகர்களுக்கு மதிப்பு இருக்காது என்றும்,

 அதோடு காவிரி வளநாட்டின் மீது கங்கை வெள்ளம் பாயும் என்றும் கூறினான்.

8. சோழப் பேரரரிடம் அந்நியர் படையெடுப்பு குறித்து பாலதேவர் பேசிக்கொண்டிருதைதக் கேட்ட இளவரசன் ஆவேசமாக யாது கூறினான்?

•   சோழப் பேரரரிடம் அந்நியர் படையெடுப்பு குறித்து பாலதேவர் பேசிக்கொண்டிருதைதக் கேட்ட இளவரசன் ஆவேசமாக,

•   அதற்கு முன் தான் கங்கை மீது படையெடுப்பதாகவும்,

- கங்கை கடாரம் ஆகியவற்றைத் தாண்டி சோழர் புலிக்கொடியைப் பறக்கவடுவதாகவும்,

- கங்கை வெள்ளப்பெருக்கைக் கங்கை மன்னர்களை வென்று, அவர்கள் தலையில் குடம் குடமாய் சுமந்து வரச்செய்வதாகவும்,

- அதனை பொட்டலான ஒரிடத்தில் சோழகங்கம் ஏரியை வெட்டி அதில் கொட்டச் செய்வதாகவும்,

- கங்கை கொண்ட சோழபுரம் என்று அதற்குப் பெயர் சூட்டப்போவதாகவும்,

- அதனையே சோழசாம்ராஜயத்தின் தலைநகரமாகக் கொள்ளப்போதாகவும் ஆவேசமாக சபதம் செய்தான்.

9. ஓலை குறித்து மதுராந்தகர் மன்னரிடம் கூறியதையும் அதற்கான மன்னரின் பதிலையும் குறிப்பிடுக.

- ❖ சோழசாம்ராஜயத்தை சிதைத்து எறியும் மாபெரும் சதியினை நயவஞ்சகர்கள் தீட்டியிருப்பதாகவும்,
- ❖ ஒரு வேளை அது கவிராயர் கையில் கிடைக்காதிருந்தால், அவர்களின் சூழ்ச்சி கடைசிவரை நிறைவேறியிருக்கும் என்றும்,
- ❖ பலமுறை தான் பாலதேவரைக் குறித்து சந்தேகித்ததாகவும், சரியான சந்தர்ப்பம் நிரூபிக்க கிடைக்காததனால் காத்திருந்ததாகவும் கூறினார்.
- ❖ அதற்கு மன்னர், அதற்கு மன்னர் பாலதேவரைப் பற்றி தனக்கு முன்னமே தெரியும் என்றும் அவர் இரட்டப்பாடி நாட்டில் பிறந்தவர் என்றும்,
- ❖ சத்தியாசிரயனுக்கு உளவு வேலைப்பார்த்ததையும்,

❖ உதட்டில் நட்பும் உள்ளத்தில் நஞ்சும் கொண்டு பழகியவர் என்றும்,

❖ உறவாடித் தம்மைக் கெடுக்க முயன்றவர் என்றும்,

❖ அதோடு அவர் மாளிகையில் ஒவ்வொரு பௌர்ணமியன்றும் ஒரு ஒற்றன் வந்துபோவதும்,

❖ துரதிருஷ்டவசமாக அன்று அவன் கவிராயர் கையில் அகப்பட்டதையும் கூறினார்.

❖ இருப்பினும் பாலதேவரின் ராஜதந்திர திருவிளையாடல்களைக் காணவே தான் பொறுத்திருந்ததாகவும் கூறினார்.

10. தமிழர் நாகரிகம் குறித்து மன்னர் யாது கூறினார்?

 மன்னிக்கும் குணம் தமிழருக்கு இருப்பதால் தான் அனைவரும் தமிழருக்கு வெகு சுலபமாக பகைவர்கள் ஆகிவிடுகின்றனர் என்று இளவரசன் கூறியதைக் கேட்ட மன்னர்,

 சுலபமாக பகைவர்கள் ஆவதைப் போன்று சுலபமாக அழிந்தும் விடுகிறார்கள் என்றார்.

 அதோடு எத்தனையோ ஆண்டுகாலமாக எத்தனை வல்லரசுகளும், வம்சங்களும், நாகரிகங்களும் தோன்றி அழிந்தபோதிலும்,

 இத்தகைய குணங்களால் தான் நம் தமிழர் நாகரிகம் மட்டும் அழியாமல் இருக்கின்றது என்றார்.

11. மதுராந்தகர்   மன்னரிடம் ஓலையில் உள்ள கருத்துக்களாக எதனைக் கூறினார்?

• மதுராந்தகர்   மன்னரிடம் ஓலையில் உள்ள முதல் கருத்தாக, இரட்டப்பாடி சத்தியாசிரயனின் திடீர் படையெடுப்பையும்,

• இரண்டாவது கருத்தாக பாலதேவர், சத்தியாசிரயனிடம் சோழ நாட்டுப் போர் வீரர்களின் எண்ணிக்கையையும்,

• கோட்டை மதில்களின் சுற்றளவையும்,

• நாட்டின் பொருளாதார நிலையையும்,

• உணவு சேமிப்பு முறைகளைப் பற்றியும் ரகசியமாக ஓலையில் எழுதி   அனுப்புவதற்குத்   தயாராக   வைத்திருந்ததைச் சுட்டிக்காட்டினார்.

13. மதுராந்தகர் பாலதேவரைப் பற்றிக் கூறியதற்கு மன்னர் என்ன பதில் அளித்தார்?

மதுராந்தகர்   பாலதேவரிடம் இருந்த இரண்டு ரகசிய ஓலைகளின் தகவல்களைப் பற்றி கூறியதும், மன்னர் அந்த இரண்டு ஓலைகளையும் அவரிடமே கொடுத்து, அவரை பத்திரமாகப் பகைவர் நாட்டிற்கு அனுப்பி வைக்கும்படிக் கூறினார்.

14. மன்னர் பாலதேவருக்குத் தரவேண்டிய பரிசுப் பொருள் குறித்து கேட்டு திடுக்கிட்ட மதுராந்தகரிடம் மன்னர் கூறிய விளக்கம் யாது?

 தமிழ்   நாட்டின் பாதுகாப்பு பாலதேவர் குறிப்பிட்ட போர்வீரர்களின் எண்ணிககையிலோ,

	 கோட்டையின் சுற்றளவிலோ,

	 பொருளாதார நிலையிலோ,

	 உணவுச் சேமிப்பு முறையிலோ அல்ல என்றும்,

	 அது தமிழர் தம் நெஞ்சங்களில் தான் உள்ளது என்றும் பதில் அளித்தார்.

15. நம்பிக்கைத் துரோகி என்று தெரிந்திருந்தும் மன்னர் எதனால் பாலதேவருடன் நட்பு வைத்திருந்தார் என்று கேட்ட மதுராந்தகருக்க மன்னர் அளித்த பதில் யாது?

	❖	முள்ளை முள்ளைக் கொண்டு எடுக்க விரும்பியதாலும்,
	❖	எந்த சூழ்ச்சியின் மூலம் இரட்டப்பாடி மன்னன் தன் ஆட்சியை விழுங்கநினைக்கிறான் என்பதனை அறிவதற்கும்,
	❖	அவன் விமலாதித்தன் குந்தவி திருமணத்திற்கு தடைசெய்வதன் மூலம், வேங்கிநாடு, சோழநாடு இணைப்பு எவ்வளவு முக்கியத்துவம் அதற்கு விமலாதித்தனின் பங்கு என்ன எனபதைப் பற்றி தெரிந்துகொள்ளவுமே,
	❖	பாலதேவர் நம்பிக்கைத் துரோகி என்று தெரிந்திருந்தும் தான் அவருடன் நட்பு வைத்திருந்ததாக மன்னர் மதுராந்தகரிடம் கூறினார்.

16. மன்னர் விமலாதித்தன் தன்னைப் பற்றி தவறாக எண்ணியதை நினைத்து என்ன கூறினார்?

* அந்நியன் ஒருவனால் ஆடி விளையாடப்படும் ஒரு சொக்கட்டான் காய்தான் மன்னர் என்று மற்றவர்கள் எண்ணினாலும்,

* பரந்த சோழப்பேரரசை உருவாக்கி,

* கங்கை கடாரத்திற்கு அப்பாலும் கூட தமிழர் நாகரிகத்தைப் பரப்பத் திட்டம் தீட்டும் மாபெரும் மன்னன் ஒருவன்,

* பிறர் பேச்சைக் கேட்டு ஆடும் பொம்மையாக இருப்பாரா என்று மதியமைசர்கள் எல்லாம் யோசிக்கத் தவறியபோதிலும்,

புத்திசாலியான விமலாதித்தன் கூட அதை நம்பிவிட்டானே என்று வருந்திக் கூறினார்.

17. விமலாதித்தன் சோழப் பேரரசிடம் அவர் தன்னை எதனால் சோதித்தார் என்று வினவியதற்கு மன்னர் அளித்த பதில் யாது?

☐ சோழப் பேரரசிற்கு வேங்கிநாடு வாசல் போல் உள்ளது.

☐ அதனால், அதனை ஆளும் மன்னனான விமலாதித்தன் அந்நியப் படையெடுப்பிலிருந்து தன் வாசலைப் பாதுகாக்க சுதந்திரப் பற்று உள்ளவனாக இருக்கவேண்டும்.

☐ எனவே, சுதந்திரப் பற்று உள்ளவனாய் இருக்க வேண்டிய அவன் காதலைப் பொருட்படுத்தாத வீர உள்ளம் உள்ளவனாய் இருக்கிறானா? என்பதை அறியவும்,

☐ சோதனைக்காக நடைபெறும் போரில் வீண் உயிர்ச்சேதம் ஏற்படக்கூடாது என்பதற்காக தனித்துப் போராடக் கூறி,

  அவனுக்குத் தான் சோதனை வைத்ததாக விமலாதித்தனிடம் மன்னர் கூறினார்.

18. மன்னர் எதனால் குந்தவியை சோதித்தார்?

  வேங்கி குலத்திற்கும் சோழ குலத்திற்கும் நெருங்கிய மண சம்பந்தம் ஏற்படவேண்டுமாயின்,

  அந்நாட்டு அரசனான விமலாதித்தனை தன் இஷ்டப்படி ஆடவைக்க இளவரசி குந்தவிக்கு அவன் மீது ஆழ்ந்த காதல் இருப்பதை அறியவே அவளை மன்னர் சோதித்தார்.

19. இளவரசனை மன்னர் எதனால் சோதித்ததாகக் கூறினார்?

  மாபெரும் சோழ சாம்ராஜ்யத்திற்கு வருங்கால மன்னனாய் விளங்கவேண்டியவன் இளவரசன் எனவே அவன்,

  நட்பு, காதல், தங்கை பாசம் போன்ற உணர்ச்சிகளுக்காக தேச நலனைக் கைவிடாதிருக்க வேண்டும் என்பதற்காக மன்னர் இளவரசனைத் சோதனை செய்தார்.

20. மன்னர் வீரமாதேவியை சோதித்தது எதனால்?

  அமைச்சரின் தங்கை வீரமாதேவி.

  அவள் அரச குமாரனைக் காதலிப்பது அரசபோக மயக்கமா என்பதை அறிவதற்காகவும்,

இளவரசனை மணம் புரிபவள், தன் தேச நலனுக்காக எதையும் தியாகம் செய்யக் கூடியவளாய் இருக்க வேண்டும் என்பதற்காக மன்னர் வீரமாதேவியை சோதனைக்கு உட்படுத்தினார்.

21. புவி மன்னர் பூங்கேதையை மன்னிக்கவேண்டும் என்ற முத்துப்பல்லரின் வேண்டுகோளுக்கான மன்னரின் பதில் யாது?

பூங்கோதை பாலதேவரின் ஒற்றரைப் பின்பற்றியது அவரின் காதலுக்காக அல்ல.

வீட்டுப் பெண்கள் நாட்டுப்பணியிலும் ஈடுபடுவார்கள் என்ற தன் நம்பிக்கையின் பேரில் தான் அவளுக்குக் கொடுத்த பணியை செவ்வனே இயற்றுவதற்காகவே,

அவனைக் கண்காணிக்க அவனைப் பின்தொடர்ந்தாள். என்று பூங்கோதையைக் குறித்த செய்தியை அரசர் முத்துப்பல்லரிடம் எடுத்தியம்பினார்.

22. இராஜஇராஜன் பாலதேவரால் வழங்கப்பட்ட தன்னிடம் இருந்த குத்துவாள் குறித்து என்ன கூறினார்?

❖ இராஜஇராஜன் பாலதேவரால் வழங்கப்பட்ட தன்னிடம் இருந்த குத்துவாளை பாலதேவரிடம் நீட்டி,

❖ நீர் இதனைக்கொண்டு எம்மைக் கொல்ல மாட்டீர் என்றும்,

❖ உம்போன்ற அறிவாளிகளின் குணாதிசயங்களை நான் அறிவேன் என்றும்,

- ❖ நீர் மனித சமுதாயத்தின் இலட்சியங்களைக் கொல்வதல்லாது, தனிமனிதரைக் கொல்ல மாட்டீர் என்றும்,
- ❖ தனக்கிருக்கும் மாபெரும் அறிவையும், துஷ்பிரயோகத்தையும் பயன்படுத்தி படுதோல்வி அடைந்தவர்கள் தற்கொலையைத் தான் நாடுவார்கள் என்றும்,
- ❖ அதுபோன்ற குயுக்தி கொண்ட தாங்களும் அம்முயற்சியையே விரும்புகிறீர் என்றும்,
- ❖ இருப்பினும் சிரிக்கப் பழகிய இப்புதுமண தம்பதியரான விமலாதித்தன் மற்றும் குந்தவை ஆகியோர் முன் உன் கோரமான தற்கொலை நாடகம் அரங்கேற வேண்டாம் என்றும்,
- ❖ துரோகியான உன் உதட்டிலும் சிரிப்பையே எதிர்ப்பார்க்கும் நேரம் இது என்றும்" மன்னர் பாலதேவரிடம் கூறினார்.

23. குந்தவையின் அறிவுத் திறமையைப் பாராட்டி மன்னர் என்ன கூறினார்?

 தன் குணாதிசயங்களான நிதானம், திடசித்தம், வாக்குவன்மை, புத்திகூர்மை ஆகிய அனைத்தின் பிரதிபிம்பத்தை தன் மகன் இராஜேந்திரனிடம் கூட தான் காணவில்லை என்றும்,

 தன் மகள் குந்தைவையிடம் அவற்றைக் கண்டதாகவும்,

 அதன் மூலம் சிறையில் இருந்த விமலாதித்தனை விடுவிக்கச் செய்து அவனைப் பாவலனாக்கிப் பரிசு பெறச்செய்ததையும் கண்டு குந்தவையின் அறிவுத்திறமையை அரசர் பாராட்டினார்.

24. மன்னரின் புதுமைக் கண்ணோட்டம் குறித்து நூலாசிரியர் மன்னரிடம் கூறியதையும் அதற்கான அவரது பதிலையும் குறிப்பிடுக.

 புதுமைக் கண்ணோட்டம் இருந்தால் தான் நாட்டின் முதுமை நீங்கி இளமை முன்னேறும் என்றும்,

 இனி தன் நாடகத்தை நூலாசிரியர் எழுதலாம் என்றும்,

 அதனை தஞ்சைப் பெரியகோவிலில் ஒவ்வொரு வைகாசிப் பெருவிழாவிலும் அரங்கேற்ற தான் ஏற்பாடு செய்வதாகவும்,

 அதில் பங்குபெறுபவர்களுக்கு ஆண்டுதோறும் நூற்றிருபதின் கலநெல் நிபந்தம் ஏற்படுத்தப்படும் என்றும்,

 அது தன் புகழைப்பரப்புவதற்காக அல்ல என்றும்,

 நாடகக் கலை வளர்வதற்காகவே என்றும் நூலாசிரியரிடம் மன்னர் கூறினார்.

வெற்றிறெ நல்வாழ்த்துக்கள்.

அன்புடன் , ஸ்ரீ விஜயலஷ்மி,

தமிழாசிரியை,

கோவை -22

98432 97197.

பிற இணைப்புகள்

தேவைப்படுவோர் வாங்கிப் பயனடைவீர்.

1. https://notionpress.com/read/2007-to-2019-exam-grammar-question-answers-new

2. https://notionpress.com/read/2007-2017-tamil-questions-for-icse-school-students (வினாவிடைகள் 2007 முதல் 2017)

3. https://notionpress.com/read/veerabaandiya-kattapomman (வீரபாண்டிய கட்டபொம்மன்)

4. https://notionpress.com/read/sariththira-sambavankal சரித்திர சம்பவங்கள்

5. https://notionpress.com/read/all-in-one-tamil-grammar-for-students (பல்சுவை தமிழ் இலக்கணம் மாணவர்களுக்காக)

6. https://notionpress.com/read/punctuation-marks (நிறுத்தற் குறியீடுகள்)

7. https://notionpress.com/read/porul-verupaattai-ezhithil-adaiyazam-kaanum-vazhikazal-part-1 (பொருள் வேறுபாடுகளை எளிதில் அடையாளம் காணுதல்)

8. https://notionpress.com/read/avoid-spelling-mistakes-in-tamil (பிழைநீக்கப் பயிற்சி)

9. https://notionpress.com/read/kuril-nedil-easyly-identify (குறில் நெடில் எளிதில் அடையாளம் காண)

10. https://notionpress.com/read/maha-rana-prathap-easiast-exercise-book (மஹாராணா பிரதாப் ஒருவரி வினாவிடைகள்)

11. https://notionpress.com/read/veerapandiya-kattapomman-one-word-question-and-answers-part-1 (வீரபாண்டிய கட்டபொம்மன் ஒருவரி வினாவிடைகள்)

12. https://notionpress.com/read/veerapandiya-kattaboman-one-word-question-and-answers-part-3 (வீரபாண்டிய கட்டபொம்மன் ஒருவரி வினாவிடைகள்)

13. https://notionpress.com/read/veerapandiya-kattapommn-one-word-question-and-answers-part-2 (வீரபாண்டிய கட்டபொம்மன் ஒருவரி வினாவிடைகள்)

14. https://notionpress.com/read/tamil-grammar-multiple-choice-question-book-for-all-exams-part-1 (தமிழ் பலவுள் தெரி வினாவிடைகள் இலக்கண புத்தகம் பகுதி -1

15. https://notionpress.com/read/sariththira-sambavangal-one-wrod-question-and-answers (சரித்திர சம்பவங்கள் ஒருவரி வினாவிடைகள்)

16. https://notionpress.com/read/veerapandiya-kattabomman-one-word-question-and-answers-part-4 (வீரபாண்டிய கட்டபொம்மன் ஒருவரி வினாவிடைகள்)

17. https://notionpress.com/read/multiple-choice-question-basic-paragraph (பத்தி வினாவிடைகள் பலவுள் தெரி வினா அடிப்படையில்)

18. https://notionpress.com/read/for-icsc-10th-class-students-asked-from-2007-to-2018-grammar-quizzes (பத்தாம் வகுப்பு மாணவர்களுக்கு 2007 முதல் 2018 வரையில் கேட்கப்பட்ட இலக்கண வினா விடைகள்:)

19. **https://notionpress.com/read/ways-to-write-a-sentence-without-error** வாக்கியத்தினை பிழையின்றி எழுதும் வழிகள்

20. https://notionpress.com/read/raja-raja-chozan-sariththira-nadagam-questin-and-answer-for-icse-syllabus-10th-students (இராஜ ராஜ சோழன் புத்தக வினா விடைகள்)

21. https://notionpress.com/read/ways-to-write-a-sentence-without-error

22. https://notionpress.com/read/multiple-choice-grammar-book-part-2

23. https://notionpress.com/read/sarithtira-sambavangal-part-ii-lessons-4-6

24. https://notionpress.com/read/mallan-maarappan-question-and-answers-new

25. https://notionpress.com/read/2007-to-2019-exam-grammar-question-answers-new

26. https://notionpress.com/read/veerapandiya-kattapomman-one-word-question-and-answers-part-1 (வீரபாண்டிய கட்டபொம்மன் ஒருவரி வினாவிடைகள்)

27. https://notionpress.com/read/veerapandiya-kattaboman-one-word-question-and-answers-part-3 (வீரபாண்டிய கட்டபொம்மன் ஒருவரி வினாவிடைகள்)

28. https://notionpress.com/read/veerapandiya-kattapommn-one-word-question-and-answers-part-2 (வீரபாண்டிய கட்டபொம்மன் ஒருவரி வினாவிடைகள்)

29. https://notionpress.com/read/tamil-grammar-multiple-choice-question-book-for-all-exams-part-1 (தமிழ் பலவுள் தெரி வினாவிடைகள் இலக்கண புத்தகம் பகுதி -1

30. https://notionpress.com/read/sariththira-sambavangal-one-wrod-question-and-answers (சரித்திர சம்பவங்கள் ஒருவரி வினாவிடைகள்)

31. https://notionpress.com/read/veerapandiya-kattabomman-one-word-question-and-answers-part-4 (வீரபாண்டிய கட்டபொம்மன் ஒருவரி வினாவிடைகள்)

32. https://notionpress.com/read/multiple-choice-question-basic-paragraph (பத்தி வினாவிடைகள் பலவுள் தெரி வினா அடிப்படையில்)

33. https://notionpress.com/read/for-icsc-10th-class-students-asked-from-2007-to-2018-grammar-quizzes (பத்தாம் வகுப்பு மாணவர்களுக்கு 2007 முதல் 2018 வரையில் கேட்கப்பட்ட இலக்கண வினா விடைகள்:)

34. https://notionpress.com/read/ways-to-write-a-sentence-without-error வாக்கியத்தினை பிழையின்றி எழுதும் வழிகள்

உயரிய மதிப்பெண் பெற்று முன்னேற
இந்த தமிழன்னையின் அன்பு வாழ்த்துக்கள்.
நன்றி.